मोटिव्हेशन

मोटिव्हेशन

ब्रायन ट्रेसी

अनुवाद : वै. अस्मि अच्युते

MANJUL
मंजुल पब्लिशिंग हाउस

MANJUL

मंजुल पब्लिशिंग हाउस

व्यावसायिक आणि संपादकीय कार्यालय

दुसरा मजला, उषा प्रीत कॉम्प्लेक्स, 42 मालवीय नगर, भोपाळ - 462 003

विक्री आणि विपणन कार्यालय

सी-16 सेक्टर 3, नोएडा, उत्तर प्रदेश - 201301, भारत
www.manjulindia.com

वितरण केंद्रे

अहमदाबाद, बेंगलुरू, कोची, कोलकाता, चेन्नई,
हैदराबाद, मुंबई, नवी दिल्ली, पुणे

Motivation by Brian Tracy – Marathi Edition

मूळ इंग्लिश आवृत्ती अमेरिकन मॅनेजमेंट असोसिएशन, इंटरनॅशनल,
न्यू यॉर्क यांचा विभाग असलेल्या ॲमाकॉम तर्फे प्रकाशित

ब्रायन ट्रेसी लिखित *मोटिव्हेशन*
या मूळ इंग्लिश पुस्तकाचा मराठी अनुवाद

प्रथम मराठी आवृत्ती 2020 साली प्रकाशित
प्रस्तुत चौथी आवृत्ती 2026 साली प्रकाशित

ISBN : 978-93-89647-20-4

मराठी अनुवाद : वै. अस्मि अच्युते

मुद्रण व बाइंडिंग : रेप्रो इंडिया लिमिटेड

अनुक्रमणिका

ओळख

कोणत्याही संस्थेसाठी, ज्यांची क्षमता पूर्णतः वापरून घेतली जात नाही आणि सर्वांत मौल्यवान असतात ते म्हणजे तेथील लोक. सामान्य माणसाच्या कौशल्यामध्ये आणि क्षमतांमध्ये प्रगती, उत्पादकता, कार्यक्षमता, यश आणि किफायतशीरपणा यांचं अफाट सामर्थ्य दडलेलं असतं. या पुस्तकांत तुम्ही व्यवस्थापनातील महत्त्वाच्या कार्यांपैकी एक कार्य शिकणार आहात, ते म्हणजे सर्वोत्तम कामगिरीसाठी इतरांना प्रेरित करण्याची क्षमता. गेल्या पन्नास वर्षांत शोध घेतल्या गेलेल्या सर्वोत्तम कल्पनांपैकी काही कल्पना आपण वापरणार आहोत, जेणेकरून कंपनीच्या विकासात सर्वोच्च योगदान देण्यासाठी तेथील कर्मचारी सक्षम होतील.

तुम्ही लोकांना प्रेरित करू शकत नाही, हे तुम्हाला माहीत असेलच; पण स्वयंप्रेरित होण्यातील अडथळे मात्र तुम्ही दूर करू शकता. सर्व प्रेरणांचा उगम हा अंतरंगातूनच होत असतो. स्वयंप्रेरित होण्याची ही क्षमता नैसर्गिकपणे व उत्स्फूर्तपणे वापरली जावी, यासाठी व्यवस्थापक म्हणून तुम्ही वातावरण निर्मिती करू शकता.

रॉबर्ट हाफ अँड असोसिएट्सच्या मते सामान्य व्यक्ती त्याच्या क्षमतेच्या फक्त ५० टक्केच काम करत असते. उरलेली ५० टक्के क्षमता सहकर्मचाऱ्यांशी वायफळ गप्पा मारण्यात, इंटरनेटवर सर्फिंग करण्यात,

कामावर उशिरा येणं किंवा ऑफिसमधून लवकर बाहेर पडणं यामध्ये, चहापानाच्या किंवा जेवणासाठीच्या विश्रांतीचा कालावधी वाढवण्यामध्ये, स्वतःची कामं करण्यामध्ये घालवत असतो.

कामाचा हा मौल्यवान वेळ वाया गेल्यानं कंपनीचं मोठ्या प्रमाणात आर्थिक नुकसान होतं. वेळेच्या या अपव्ययामागचं एक कारण म्हणजे लोकांनी ज्या पद्धतीनं आपल्या कामावर आवश्यक जितकं एकाग्र आणि प्रेरित होणं गरजेचं आहे, तितकं ते होत नाहीत आणि कोणत्याही परिस्थितीत काम तातडीनं पूर्ण करणं किती गरजेचं आहे, याची त्यांना जाणीव नसते. एक उत्तम व्यवस्थापक या आव्हानावर मात करू शकतो.

न वापरलेल्या ५० टक्क्यांवर लक्ष द्या

तुमचं काम म्हणजे तुमची कंपनी लोकांनी न वापरलेल्या ज्या ५० टक्के क्षमतेचासुद्धा पगार देत आहे. त्या ५० टक्क्यांवर तुम्हाला लक्ष केंद्रित करून हा वेळ आणि ही ऊर्जा तुम्हाला अधिकाधिक आणि उत्तम काम करण्यासाठी उपयोगात आणायची आहे.

कंपनीमध्ये तुम्ही जे भांडवल गुंतवत आहात, त्यावर सर्वोच्च नफा मिळवणं (Rate on Equity) हाच व्यवसायाचा उद्देश असतो. कंपनीत काम करणाऱ्या माणसांमधील जास्तीत जास्त ऊर्जेचा (Return on Energy) उपयोग कंपनीसाठी करून घेणं हे व्यवस्थापक मंडळाचं ध्येय असतं. आर्थिक भांडवल हे डॉलर्समध्ये मोजलं जातं. मानवी भांडवल म्हणजे व्यक्तीच्या मानसिक, भावनिक आणि शारीरिक ऊर्जा. या मानवी भांडवलामध्ये वाढ करून, संस्थेला सर्वाधिक अमूल्य आणि महत्त्वाचे परिणाम साध्य करून देणं हेच व्यवस्थापक म्हणून तुमचं काम आहे.

खच्चीकरण करणाऱ्या घटकांना दूर करा

तुमच्या आयुष्यात आणि कामात तुमचं खच्चीकरण करणारे जे दोन मोठे घटक आहेत, ज्यांची सुरुवात लहानपणापासून होते आणि प्रौढावस्थेतसुद्धा

हे घटक आपल्या सोबत राहतात. बऱ्याचदा त्यांना 'चुकीच्या सवयी' किंवा 'प्रेरणांना दिलेला विशिष्ट प्रतिसाद' (conditioned response to stimuli) असं म्हटलं जातं.

खच्चीकरण करणारा पहिला घटक म्हणजे अपयशाची भीती. ही भीती प्रौढवयात यश आणि मोठं काम मिळवण्याच्या मार्गातील सर्वांत मोठा अडथळा आहे, असं म्हणता येईल. बालपणी स्वतःवर झालेल्या नकारात्मक किंवा प्रखर टीकेमुळे माणूस पुढील आयुष्यात चुका करायला किंवा कामात अपयशी व्हायला घाबरू लागतो. मनातील अपयशाची भीती ही पक्षाघाताप्रमाणे काम करते आणि माणसांना नवीन कामं करण्यापासून, नवीन जोखीम उचलण्यापासून किंवा नवीन गोष्टी स्वीकारण्यापासून परावृत्त करते. ही भीती आपल्या अकार्यक्षमतेसाठी सतत नवनवीन कारणं पुरवण्याचं किंवा कारणं देण्याचं काम सातत्यानं करत असते.

माणसाचं खच्चीकरण करणारा दुसरा मोठा घटक म्हणजे नाकारलं जाण्याची भीती. या भीतीचं मूळ बाल्यावस्थेत दडलेलं आहे. जेव्हा पालक पाल्यावर 'सशर्त प्रेम' करतात. आपलं मूल किती उत्तम कामगिरी करत आहे, यावर पालकांचं त्याच्यावरील प्रेम आणि त्याला द्यायचा आधार अवलंबून असतो. असं मूल मोठं झाल्यावर इतरांची मतं, प्रतिक्रिया, टीका-टिप्पणी यांविषयी अति संवेदनशील होतं. विशेषतः कार्यालयात आपल्या वरिष्ठांचं काय मतं आहे, याविषयी अशी माणसं खूप हळवी असतात.

नाकारलं जाण्याची भीती म्हणजेच आपल्यावर होणाऱ्या टीकेची, निंदानालस्तीची, आपल्या हातून चूक झाली तर आपल्याला कामावरून कमी केलं जाईल का याची सतत भीती वाटणं. उत्तम व्यवस्थापक तेच असतात ज्यांच्याकडे प्रत्येक कर्मचाऱ्याची कोणतीही गोष्ट बिनशर्त स्वीकारण्याची तयारी असते, त्यामुळे कर्मचाऱ्यांमध्ये काम करताना आणि वरिष्ठांबद्दल सुरक्षिततेची आणि विश्वासाची भावना निर्माण होते.

भीती घालवा

ढिसाळ कामगिरी आणि स्वयंप्रेरणेचा अभाव असण्यामागे अनेक कारणं असू शकतात; पण वर सांगितलेली भीती हेच माणसांना उत्तम कामगिरी करण्यापासून परावृत्त करणारं मुख्य कारण आहे. यशस्वी संस्था आणि व्यवस्थापक तेच, जे हे अडथळे जाणीवपूर्वक आणि हेतुपुरस्सर दूर करतात. त्यांच्या कर्मचाऱ्यांना चुका करण्याची मुभा असते, एखाद्या गोष्टीत अपयश आलं तरी हरकत नसते. चूक झाली तरी कोणावर टीका होणार नाही, त्याला काढून टाकलं जाणार नाही किंवा चुकीबद्दल शिक्षा केली जाणार नाही, हे ते स्पष्ट करतात. उत्तम व्यवस्थापक असं वातावरण निर्माण करतात ज्यामुळे प्रत्येक व्यक्ती स्वतःला झोकून देऊन उत्तम काम करते.

'गुणवत्तापूर्ण व्यवस्थापना'चे जनक डब्ल्यू. एडवर्ड डेमिंग यांनी उच्च कार्यक्षमता असलेल्या संघटनेच्या बांधणीसाठी चौदा गुरूकिल्ल्या सांगितल्या आहेत. त्यातील एक महत्त्वाची म्हणजे 'भीतीवर मात करा'. भयमुक्त वातावरणामध्ये माणसं पूर्वीपेक्षा अधिक जास्त क्षमतांसह काम करतात.

या पुस्तकात आपण कर्मचाऱ्यांच्या मनातील अपयशाची, डावललं जाण्याची भीती कमी करण्यासाठी आणि नवनवीन गोष्टी आत्मसात करण्याच्या वृत्तीमध्ये वाढ करण्यासाठी आवश्यक असलेली कौशल्यं आणि व्यावहारिक पद्धतीची मालिका आपण शिकणार आहोत. जेव्हा लोक स्वतःबद्दल चांगली भावना बाळगतात तेव्हाच ते कठोर परिश्रम करण्यासाठी आणि यश मिळवण्यासाठी प्रेरित होतात.

यातील प्रत्येक संकल्पनेला वर्षानुवर्षांच्या संशोधनाचा आणि सरावाचा पाया आहे. कधी कधी यातील एखादी कल्पना राबवण्यानं सामान्य कार्यालयीन वातावरणाचं रूपांतर एका रात्रीत दर्जेदार वातावरणात होऊन कार्यालयाचा कायापालट होईल.

गुरूकिल्ली

स्वयंप्रेरणा आणि उच्च कार्यक्षमता यांची एकच गुरूकिल्ली आहे : व्यवस्थापक आणि व्यवस्थापन यांच्यातला समन्वय. व्यवस्थापक आणि कर्मचारी यांच्यातील सुसंवाद हा संस्थेच्या, संघटनांची परिणामकारकता, कार्यक्षमता, उत्पादकता, लाभदायकता इ. गोष्टी ठरवणारा घटक आहे. ज्या क्षणी दोन माणसं जोडली जातात, मग ते सकारात्मक असो वा नकारात्मक, त्याचं क्षणी त्या व्यक्तीची वैयक्तिक आणि संस्थेची भूत, भविष्य आणि वर्तमानकाळातील कार्यक्षमता निश्चित होते.

अधिकारी आणि त्याच्या हाताखालचे कर्मचारी यांच्यातील संबंध जेव्हा सकारात्मक आणि एकमेकांना आधार देणारे असतात, तेव्हा प्रत्येक व्यक्तीची कामगिरी, उत्पादकता आणि कार्योत्पादनता हे सर्वोच्च पातळीला पोहोचतं. कोणत्याही कारणास्तव हे संबंध नकारात्मक असतील, तर अपेक्षित परिणाम आणि कार्यक्षमता साध्य होणार नाहीत. आपल्या वरिष्ठ अधिकाऱ्यांबरोबरचे तणावपूर्ण संबंध हे अपयशाची, डावललं जाण्याची आणि नाकारलं जाण्याची भीती निर्माण करण्यास कारणीभूत ठरतात.

या पुस्तकातील कल्पना अधिकारी आणि कर्मचारी यांच्यातील समन्वयामध्ये अधिकाधिक सुधारणा करण्यावर भर देणाऱ्या आहेत. हे संबंध बळकट करण्यासाठी तुम्ही जे काही कराल, यामुळे तुमच्या कार्य जीवनातील गुणवत्ता वाढीस लागेल, भले मग तुम्ही व्यवस्थापनाच्या कोणत्याही पातळीवर असाल.

आपण सुरुवात करण्याआधी एक शेवटचा मुद्दा सांगतो : आइन्स्टाईन म्हणतात त्याप्रमाणे, 'कोणतीही हालचाल झाल्याशिवाय कोणतीच घटना घडत नाही.' यातच थोडासा बदल करून असं म्हणता येईल, 'कोणीतरी कृती केल्याशिवाय काहीच घडत नाही.' यातील कोणत्याही कल्पनेला जोपर्यंत तुम्ही लवकरात लवकर अमलात आणून पाहत नाही, तोपर्यंत त्याला काहीही किंमत नाही.

परिणामकारक व्यवस्थापक हे कृतीवर भर देणारे असतात. एखादी चांगली कल्पना ऐकल्याबरोबर ताबडतोब ती अमलात आणण्यासाठी प्रयत्न करतात म्हणूनच जसजसं तुम्ही हे पुस्तक वाचत जाल, तसतसं कर्मचाऱ्यांना उत्तम कामगिरीसाठी प्रेरित करू शकाल. अशी एखादी गोष्ट तरी तुम्ही नक्की शिकाल, तर उशीर करू नका, याचा त्वरित दररोज सराव सुरू करा. यामुळे जे परिणाम दिसून येतील, त्यांनी तुम्ही नक्कीच चकित व्हाल.

१

'क्ष' घटक

सन १९४०च्या शेवटी आणि १९५०च्या सुरुवातीच्या काळात युरोपातील व्यवस्थापन सल्लागारांनी, गाड्या बनवणारे ब्रिटिश कारखाने आणि पश्चिम जर्मनीमधील कारखाने यांच्या उत्पादकतेचा तौलनिक अभ्यास केला. ब्रिटिश कारखान्यांपेक्षा जर्मन कारखान्यांमध्ये चार पटीनं जास्त उत्पादन तयार होतं, असं या अभ्यासातून लक्षात आलं म्हणजेच ब्रिटिश कारखाने जेव्हा एक वाहन बनवत होते, तेव्हा कार्यक्षम जर्मन कारखाने चार वाहनं उत्पादित करत होते म्हणजे गुणोत्तर होतं एकास चार. हे कळल्यावर ब्रिटिश संशोधकांनी वस्तुस्थितीतील असमानतेला दोषी धरलं, जर्मन कारखाने सगळे नवीन आहेत, दुसऱ्या जागतिक महायुद्धानंतर त्यांची पुनर्बांधणी करण्यात आलेली होती, तर ब्रिटिश कारखाने जुने आहेत आणि ते अजूनही १९३० या सालामधील जुनी यंत्रणाच वापरत आहेत.

या सिद्धान्ताच्या सत्यतेची पडताळणी करण्यासाठी त्यांनी नावीन्याच्या निकषांवर नवीन ब्रिटिश कारखाने आणि नवीन जर्मन कारखाने यांची तुलना केली, जिथं सारख्याच आकाराच्या गाड्या तयार होत होत्या, त्यांच्याकडे संघटित मनुष्यबळही सारख्याच प्रमाणात होतं आणि हे कारखाने एकाच प्रकारचं तंत्रज्ञान आणि सामग्री वापरत होते.

त्यांना असं दिसून आलं की, दोन्ही देशांमधील उत्तम व्यवस्थापन आणि खराब व्यवस्थापन असलेले कारखाने पाहिले, तरीही उत्पादकतेमधील फरक हा चारास एक हाच होता.

यंत्रसामग्री किंवा तंत्रज्ञान यापैकी कोणत्याच निकषांनी स्पष्ट करता न येणारा उत्पादकतेतला हा फरक मग 'क्ष' घटक म्हणून ओळखला जाऊ लागला. या क्ष घटकाच्या शोधानं ज्याला आता मनोवैज्ञानिक घटक म्हणतात, या घटकानं व्यवस्थापन क्षेत्रात क्रांती घडवून आणली आणि गेल्या साठ वर्षांत साऱ्या जगाला व्यापलं आहे.

१९३०मधील जागतिक महामंदीच्या काळापर्यंत व्यवस्थापनातील प्रगती म्हणजे विज्ञान, तंत्रज्ञान आणि उत्पादनतंत्राच्या प्रगतीचाच परिपाक असे. दुसऱ्या महायुद्धानंतरच्या काळात ज्या ज्या क्षेत्रात लक्षणीय प्रगती झाली, ती क्षेत्रे व्यवस्थापन आणि मानसशास्त्रीय घटक या प्रकारात मोडणारी होती. काही संस्था यशस्वी होतात आणि इतर लयाला का जातात, प्रत्येक उद्योगक्षेत्रातील २० टक्के कंपन्या एकूण नफ्यातील ८० टक्के नफा कसा मिळवतात आणि उत्तम कंपन्या बुद्धिमान माणसं कशी मिळवतात, या सगळ्या प्रश्नांची उत्तरं 'क्ष' घटकामध्ये सामावलेली आहेत.

कार्यक्षमता आणि उत्पादकता निश्चित करणाऱ्या मानसिक घटकांना विचारात घेऊन, तुम्ही तुमच्या व्यवस्थापनाच्या परिणामकारकतेत आणि परिणाम साधून देण्याच्या तुमच्या क्षमतेत नाट्यमय बदल घडून आणू शकता.

आज्ञाकेंद्र

मनोवैज्ञानिक घटक एका साध्या मुद्द्यापर्यंत येऊन पोहोचतो : स्व-संकल्पना. स्व-संकल्पनेचा शोध हा विसाव्या आणि एकविसाव्या शतकातील मानवी क्षमतांच्या विकासक्रमातील एक अत्यंत महत्त्वाचा टप्पा म्हणावा लागेल.

एखाद्या व्यक्तीची विश्वास प्रणाली किंवा ती पाळत असलेली नीतिमूल्यं म्हणजे त्या व्यक्तीची स्व-संकल्पना होय. अगदी लहान वयात व्यक्तीची स्व-संकल्पना तयार होते आणि विकसित होत जाते. व्यक्तीला आजपर्यंतच्या आयुष्यात आलेले अनुभव, भावना, घेतलेले निर्णय, शिक्षण, घटना यांचं मिश्रण म्हणजे स्व-संकल्पना होय. माणूस स्वतःबद्दल काय विचार करतो, त्याला स्वतःबद्दल काय वाटतं आणि इतरांच्या नजरेतून तो स्वतःकडे कसं पाहतो, हे सगळं त्याच्या स्व-संकल्पनेवर ठरतं.

स्व-संकल्पना म्हणजे माणसाचं व्यक्तिमत्त्व आणि त्याची कार्यक्षमता यांच्या गाभ्यात वसलेलं आज्ञाकेंद्रच असतं. व्यक्तीचा स्वभाव, कार्यक्षमता (कामगिरी), त्याची उत्पादकता यांच्यावर आज्ञाकेंद्राचं नियंत्रण असतं. माणसाच्या बाह्य स्वभावात आणि व्यक्तिमत्त्वात होणाऱ्या बदलांची सुरुवात स्व-संकल्पनेमध्ये झालेल्या बदलांपासून होते. सोपं करून सांगायचं तर माणसाच्या *बाह्य* गोष्टीमध्ये झालेले बदल त्याच्या *अंतरंगापासूनच* उगम पावलेले असतात.

स्व-संकल्पना आणि कामगिरी

स्व संकल्पनेचे तीन मुख्य घटक आहेत : स्व-आदर्श, स्व-प्रतिमा आणि स्वाभिमान. या तीनही घटकांबद्दल आपण क्रमानं जाणून घेऊ या.

माणसाच्या आयुष्यातील इच्छा-आकांक्षांचं संक्षिप्त चित्र म्हणजे त्याचा *स्व-आदर्श.* स्वतःबद्दलची स्वप्नं, त्याच्या आशा, त्याचे आदर्श, ध्येय हे सगळं मिळून त्याचे स्व-आदर्श तयार होत जातात. भविष्यात त्याला कुठंवर यशस्वी होता येईल आणि त्याला काय बनायचं आहे, याच्या शक्यतेचा विचार या घटकात केला जातो.

कार्यालयीन जगात, व्यक्तीच्या स्व-आदर्शावर कॉर्पोरेट मूल्यं, संस्थेमधील वरिष्ठ व्यक्तींकडून उल्लेखिले जाणारे आदर्श व्यक्तिमत्त्व तसेच माणसाच्या आवतीभोवती असणारी कार्यसंस्कृती यांचा प्रभाव असतो.

स्व-संकल्पनेचा दुसरा घटक म्हणजे *स्व-प्रतिमा.* इतर माणसं आपल्याकडे कशा दृष्टिकोनातून, कशा प्रकारे पाहतात, याचा विचार या संकल्पनेत केला जातो. आपण इतरांना आवडण्यासारखे आहोत, आत्मविश्वास असणारे आणि सक्षम आहोत, हा स्व-विश्वास बाळगणारी माणसं उत्तम प्रकारे काम करताना आढळून येतात. स्वतःबद्दलची काही विशेष मत नसणारी माणसं मात्र त्यांच्या कामात काही चमक दाखवू शकत नाहीत.

तुमच्या आजूबाजूला असणारी माणसं तुम्हाला रोज कसं वागवतात, याचा मोठा प्रभाव तुमच्या स्व-प्रतिमेवर पडतो. माणसांना महत्त्व दिलं, त्यांना आदरानं वागवलं आणि त्यांची योग्य किंमत केली म्हणजे ते सकारात्मक पद्धतीनं स्वतःबद्दलचा विचार करतात. अशा चांगल्या वागणुकीची परिणती माणसाच्या कार्यक्षमतेवर होते आणि अशी माणसं उत्तम काम करतात.

स्व-संकल्पनेचा तिसरा केंद्रभाग म्हणजे व्यक्तीचा स्वाभिमान. 'तुम्हाला तुम्ही स्वतः किती आवडता?' याचं उत्तर म्हणजे स्वाभिमान. माणसं स्वतःला जितकी जास्त आवडतात आणि स्वतःचा जितका जास्त आदर करतात, तितकं चांगलं काम त्यांच्याकडून होतं. स्वतःसमोर ते उच्च ध्येय ठेवतात, ते ध्येय गाठण्याच्या दृष्टीनं झपाटून काम करतात, स्वतःच्या कामाची गुणवत्ता वाढवतात. जेव्हा व्यक्ती स्वतःच स्वतःला आवडायला लागतात, तेव्हा त्याला इतर लोकही आवडायला लागतात आणि तो टीमचा उत्तम सदस्य बनतो.

स्वाभिमान हा मानवी व्यक्तिमत्त्वाचा गाभा असतो. व्यक्तीमधील सकारात्मक ऊर्जा, उत्साह, चैतन्य आणि आत्मविश्वास यांचं प्रमाण त्याचा स्वाभिमान किती आहे त्यावर ठरतं.

व्यक्तीच्या कार्यक्षमतेवर परिणाम करणाऱ्या घटकांना जसे अपयशाची, नाकारलं जाण्याची भीती दूर करून स्व-आदर वाढीला लागेल, असं वातावरण निर्माण करणं. जे व्यवस्थापक सकारात्मक

स्व-आदर कार्यक्षेत्र तयार करतात, त्यांना तितकेच चांगले परिणाम दिसतात. त्यांच्या संघाची कार्यक्षमता तर उत्तम असतेच; पण अशा ठिकाणी कामगारांच्या गैरहजेरीचं, त्यांच्या चुकांचं, कामगार सोडून जाण्याचं प्रमाण कमी असतं.

व्यवस्थापकाची भूमिका

प्रत्येक कर्मचाऱ्यांमध्ये सकारात्मक स्वाभिमान निर्माण करण्यासाठी सात पद्धती आहेत. या सात पद्धती सात प्रेरक घटकांशी निगडित आहेत. या सात पद्धती आणि सात घटक आपण विस्तारानं माहीत करून घेऊ या.

१. *आव्हानं* : स्वतःला *ताणता* येईल, असं काम कर्मचाऱ्यांना द्या. आपल्या कामामधील जेवढी आव्हानं कर्मचारी स्वीकारतील, तेवढे जास्त ते कार्यमग्न राहतील आणि यातूनच त्यांची स्वतःबद्दलची सकारात्मकता वाढीस लागेल.

२. *स्वातंत्र्य* : लोकांना त्यांच्या पद्धतीनं काम करण्याची मुभा द्या. त्यांच्यावर सतत बारकाईनं लक्ष ठेवू नका. लोकांना काम पूर्ण करण्यासाठी जितकं स्वातंत्र्य द्याल, तितकं त्यांना स्वतःबद्दल चांगलं वाटेल.

३. *नियंत्रण* : कामासंदर्भातील चर्चा, अवलोकन, प्रतिक्रिया, अभिप्राय यांसाठी एक वेळ ठरवा. लोकांच्या कार्यक्षमतेबद्दल नियमित अभिप्राय नोंदवलं जाणं म्हणजे त्यांच्या कामाची योग्य दखल घेणं. कामाची दाखल घेतली जाण्यानं कर्मचारी स्वतःच्या कामाला महत्त्व देतात आणि स्वतःबद्दल सकारात्मक विचार करायला प्रवृत्त होतात.

४. *आदरभाव* : जेव्हा तुम्ही सहकाऱ्यांची मतं विचारता आणि त्यांचं म्हणणं लक्ष देऊन ऐकता, तेव्हा आपण कोणी महत्त्वाचे आहोत आणि आपल्या मताला किंमत आहे असं त्यांना

वाटतं. आलेल्या सूचना अमलात आणायच्या का नाही हा निर्णय व्यवस्थापक म्हणून सर्वस्वी तुमचा आहे; पण त्या सूचना नीट लक्ष देऊन ऐकण्याच्या साध्या कृतीनं तुम्ही प्रत्येक कर्मचाऱ्याच्या प्रति आदर व्यक्त करत असता.

५. *सौहार्दता* : एक व्यक्ती म्हणून तुम्हाला तुमच्या सहकाऱ्याविषयी आणि कर्मचाऱ्याविषयी काळजी वाटते आणि जिव्हाळा वाटतो, असं त्यांच्या लक्षात आलं म्हणजे ते जोमानं काम करू लागतात. कर्मचाऱ्यांना मित्रत्वानं वागवल्यामुळे तुम्ही त्यांच्यात एक सुरक्षितता आणि बांधिलकी निर्माण करत असता. कर्मचारी म्हणजे तुमचं कॉर्पोरेट कुटुंबच आहे, अशा पद्धतीनं त्यांच्याशी वागा.

६. *यशाचा अनुभव* : स्वतःचा आत्मसन्मान आणि स्व-कल्पना यांचा वापर करून यशस्वीरीत्या पूर्ण करता येईल, असं काम त्यांना द्या. ते जेव्हा दिलेलं काम पूर्ण करतील तेव्हा त्यांची प्रशंसा करा, आपल्या लहानशा का होईना, यशाची वैयक्तिक आणि सामाजिक दखल घेतली जाते हे जेव्हा त्यांच्या लक्षात येतं, तेव्हा लोकांना 'जिंकल्याचा' आनंद मिळतो आणि हाच आनंद नवीन कामांसाठी प्रेरणा म्हणून उपयुक्त ठरतो.

७. *सकारात्मक अपेक्षा* : ही कदाचित सर्वांत ताकदवान प्रेरणा आहे. आपल्या वरिष्ठांना आपण स्वभावानं चांगले आहोत, कामात सक्षम आहोत आणि सोपवलेलं काम पूर्ण करण्याची योग्य क्षमता आपल्यात आहे, यावर विश्वास असतो, तेव्हा या भावनेसारखी दुसरी कोणतीही प्रेरणा कामामागे असू शकत नाही. या विश्वासाची जाणीव कर्मचाऱ्यांना झाली म्हणजे त्यांची कार्यक्षमता वाढीस लागते.

जिथं लोकांना काम करताना स्वतःबद्दल खूप छान वाटतं, आपण कोणी विशेष आहोत आणि आपलं काम स्पेशल आहे, असं वातावरण तयार होतं, त्याच संस्था खऱ्या अर्थानं यशस्वी होतात. स्व-संकल्पनेचे मानवी स्वभावातील स्थान समजणं हीच परिणामकारक व्यवस्थापनाची पहिली पायरी आहे.

कृती कार्यक्रम

१. तुमच्या सहकाऱ्यांना आणि कर्मचाऱ्यांना ते तुमच्यासाठी महत्त्वाचे, मौल्यवान, हुशार आणि सक्षम आहेत, अशी वागणूक द्यायचा सराव करा. त्यांच्यासोबतच्या प्रत्येक कृतीमधून त्यांचा स्वाभिमान आणि आत्मविश्वास विकसित करायचा प्रयत्न करा.

२. तुम्ही तुमच्या कर्मचाऱ्यांना सतत ते किती चांगले आहेत आणि त्यांच्या कामाच्या गुणवत्तेनं तुम्ही प्रभावित झाला आहात असे सांगत राहा. तुम्ही विश्वासानं लोकांकडून चांगल्या कामाची अपेक्षा करता तेव्हा तुमची सहसा निराशा होत नाही.

२

योग्य माणसांची निवड करा

योग्य व्यक्तींची योग्य कामासाठी निवड करणं हा उत्कृष्ट व्यवस्थापनाचा पाया असतो. योग्य व्यक्तींची निवड केली म्हणजे तुम्ही व्यवस्थापक म्हणून ९५ टक्के यशस्वी झालात म्हणून समजा! तुमची माणसांची निवड चुकली, तर मग तुम्ही काहीही करा, कोणतंही तंत्रज्ञान वापरा नाहीतर कितीही प्रयत्न करा, त्यानं फारसा फरक पडत नाही. व्यवस्थापक म्हणून तुम्हाला येणाऱ्या खूपशा अडचणी या एकतर चुकीच्या माणसांची निवड केल्यामुळे उद्भवतात किंवा चुकीच्या व्यक्तीच्या हातात काम सोपवल्यामुळे उद्भवतात.

जिम कोलिन्स त्यांच्या *गुड टू ग्रेट* या पुस्तकात व्यवस्थापनाबद्दल बोलताना असं सुचवतात, 'व्यवस्थापकांचं पहिलं काम म्हणजे योग्य व्यक्तींना गाडीत प्रवेश देणं, गाडीतल्या योग्य आसनांवर योग्य व्यक्ती बसतील, असं पाहणं आणि नंतर अयोग्य व्यक्तींना गाडीतून उतरवणं.'

ली आयाकोकाला जेव्हा क्रायस्लर कॉर्पोरेशन वाचवण्यासाठी बोलावलं गेलं, तेव्हा कंपनी दिवाळखोरीच्या उंबरठ्यावर उभी होती. कंपनीचा कायाकल्प एका रात्रीत होणं शक्य नव्हतं. आयाकोकानं त्यासाठी ३५० दशलक्ष डॉलर्सचं कर्ज काढलं आणि त्याच्या परतफेडीची

हमी दिली, त्यामुळे आयाकोकाला कंपनीमधील अंतर्गत बाबींमध्ये लक्ष देण्यासाठी वेळ मिळाला. दिवाळखोरी वाचवल्यावर मग त्यानं क्रायस्लरच्या उच्चस्तरीय व्यवस्थापनाची पद्धतशीरपणे पाहणी करायला सुरुवात केली. तीन वर्षांच्या कालावधीमध्ये आयकोकानं कंपनीच्या छत्तीस उपाध्यक्षांपैकी पस्तीस उपाध्यक्ष बदलले. त्यांच्या जागी नवीन माणसांची नेमणूक करण्यात आली. हे चालू असतानाच, त्यानं क्रायस्लर कॉर्पोरेशनच्या उच्चस्तरीय अधिकारपदांवर तज्ज्ञ आणि अनुभवी माणसं नेमली. स्टाफ बदलला. अमेरिका आणि जगभरातून वाहन विषयातील तज्ज्ञ मंडळी त्यानं जमवली आणि त्यांना कंपनीमधील महत्त्वाची पदं देऊ केली.

योग्य व्यक्तींची योग्य पदांवर नेमणूक झाल्यावर क्रायस्लरनं मागं वळून पाहिलंच नाही. कंपनी दिवाळखोरीपासून तर वाचलीच; पण सगळी तूट भरून येऊन प्रचंड नफा कंपनीला झाला. तीन वर्षांच्या आत आयकोकानं घेतलेलं ३५० दशलक्ष डॉलर्सचं कर्ज फेडलं आणि कंपनीला परत एकदा तिची पत मिळवून दिली.

कामाच्या दृष्टिकोनातून विचार करा

योग्य माणसांची नेमणूक करणं हे यशस्वी व्यवस्थापनाचं गमक आहे, असं म्हणता येईल. या प्रक्रियेची सुरुवात कामाच्या सर्वंकष विचारापासून होते. आणि हे विचार चक्क कागदावर लिहून काढा. एखादं काम करण्यासाठी तुम्हाला आदर्श वाटणाऱ्या व्यक्तींमध्ये नक्की कोणते गुण आणि वैशिष्ट्यं असणं तुम्हाला आवश्यक वाटतं, याची एक यादी तयार करा. नवीन कर्मचाऱ्याकडून तुम्हाला नक्की कशाची अपेक्षा आहे, त्या विवक्षित परिणामांवर लक्ष केंद्रित करा.

नेमून दिलेलं काम पूर्ण करण्यासाठी कर्मचाऱ्याकडे काही कौशल्यं असणं आवश्यक असतं. हा लक्षात घेण्यासारखा दुसरा घटक. या नोकरीसाठी आवश्यक असणारी कौशल्यं आपल्या उमेदवाराच्या

आधीच्या कामांमधून दिसून येत आहेत का, हे मुलाखत घेताना काळजीपूर्वक पाहा. पीटर ड्रकर म्हणतात की, 'तुमचं आधी केलेलं कामच तुमच्या भविष्यातील कार्यक्षमतेबद्दल बोलत असतं. हे कायम लक्षात ठेवा.'

वरील मुद्द्यांचा पुरेसा विचार केल्यानंतर अखेरीस उमेदवाराची वृत्ती, त्याचं व्यक्तिमत्त्व आणि स्वभाव पाहा. येणारी नवीन व्यक्ती संस्थेच्या कार्यसंस्कृतीमध्ये सहज सामावून जाईल, तुमच्या सहकाऱ्यांसोबत मिळून मिसळून काम करेल, याची खात्री करून घ्या. तुम्ही कामासाठी पूरक अशी वृत्ती आणि व्यक्तिमत्त्व असलेली माणसं निवडलीत तर तुम्हाला त्यांना कामासाठी उत्तम प्रकारे प्रशिक्षित करता येईल.

तीनचा नियम

या तीनच्या नियमाद्वारे तुम्ही तुमची योग्य माणसं पारखण्याची क्षमता वाढवू शकता. खरं तर अगदी ९० टक्क्यांपर्यंत तुमची अचूकता पोहोचू शकते, असं माझा आजपर्यंतचा अनुभव सांगतो. त्यासाठी सहा सोपी पावलं तुम्हाला उचलायची आहेत.

पहिलं म्हणजे नोकरीसाठी कमीत कमी तीन जणांची मुलाखत घ्या. अर्जदारांची वैशिष्ट्यं, त्यांची कौशल्यं यांची चाचपणी करायला आणि एकमेकांशी ते ताडून पाहण्यासाठी तुम्हाला वेळ मिळतो. दुसरं म्हणजे तुम्हाला आवडलेल्या उमेदवाराची तीन वेगवेगळ्या वेळी मुलाखत घ्या. लक्षात घ्या, पहिल्या मुलाखतीच्या वेळी प्रत्येक जण उत्तम वागण्याचा प्रयत्न करत असतो. त्यानंतर मात्र हळूहळू बाह्य देखावा विरत जातो आणि खरी व्यक्ती कशी आहे ते कळून येतं.

तिसरी गोष्ट म्हणजे तुम्हाला योग्य वाटणाऱ्या व्यक्तीची तीन वेगवेगळ्या ठिकाणी मुलाखत घ्या. काही विशिष्ट कारणांमुळे काही व्यक्तींमध्ये गंडभाव निर्माण होतो, ज्याला मी 'सरड्यासारखा रंगबदलूपणा' असं म्हणतो. असे उमेदवार पहिल्या मुलाखतीसाठी काही विशिष्ट पद्धतीनं

वागतात; पण त्यांना नेहमीपेक्षा वेगळ्या ठिकाणी, वेगळ्या वातावरणात नेलं म्हणजे त्याचं वागणं बदलतं.

चौथी गोष्ट म्हणजे तुम्हाला आवडलेल्या उमेदवाराला तुमच्याच गटातील तीन लोकांच्या नजरेखालून घाला. तीन माणसं त्याला भेटतील, त्याची मुलाखत घेतील, असं पाहा. मला चांगली वाटणारी व्यक्ती माझ्या सहकाऱ्यांनी एकमतानं नाकारली, असं अनेकदा घडलं आहे आणि ते चांगलंच झालं असं नंतर लक्षात आलं आहे.

संदर्भ काळजीपूर्वक तपासा

पाचवी आणि महत्त्वाची गोष्ट म्हणजे उमेदवारांकडून आलेले तीन तरी संदर्भ पडताळून पाहा. हे संदर्भ तपासताना, कायद्याच्या भीतीनं अनेक जण फक्त त्यांच्याकडे तो उमेदवार नोकरीला लागल्याची तारीख आणि कालावधी सांगतात. त्यापलीकडची माहिती देण्याचं टाळतात; पण तरीही तुम्ही त्यांना असे प्रश्न खुबीनं विचारू शकता ज्यातून तुम्हाला योग्य ती माहिती मिळेल. तुम्ही संदर्भित ठिकाणी फोन करताना आधी फोन करण्याचं कारण सांगा, 'आम्ही अशा पद्धतीच्या कामासाठी या व्यक्तीची मुलाखत घेत आहोत, त्या व्यक्तीनं तुमचा संदर्भ दिला. त्या व्यक्तीचं हे ठरावीक काम असेल आणि काही ठरावीक जबाबदाऱ्या त्याला पार पाडाव्या लागतील.' यानंतर तुम्ही पुढील निवडक प्रश्न विचारू शकता, जसे :

१. अशा पद्धतीचं काम करण्यासाठी या उमेदवाराची बलस्थानं किंवा उणिवा काय आहेत?

२. मला योग्य निर्णय घेण्यासाठी साहाय्यक ठरेल, अशी कोणती माहिती तुम्ही देऊ शकता का?

३. जर या उमेदवारानं तुमच्याकडे पुन्हा नोकरीसाठी अर्ज केला तर तुम्ही या उमेदवाराला परत नोकरी द्याल का?

त्या व्यक्तीनं जर पहिल्या दोन प्रश्नांची उत्तरं टाळली किंवा नाखुशी दाखवली, तर तिसरा प्रश्न नक्की विचारा. तो महत्त्वाचा प्रश्न आहे. 'होकाराच्या' जवळपास जाणारं उत्तर मिळालं नाही तर तुम्हाला या उमेदवाराला नोकरी देऊ करण्याबाबत नीट विचार करावा लागेल. त्याची पडताळणी करताना सावधानता बाळगावी लागेल.

आता सहावा आणि शेवटचा सल्ला. तीन वेळेला खोलात जाऊन उमेदवारानं दिलेल्या सगळ्या संदर्भांची तपासणी करा. ज्या व्यक्तींचा उल्लेख त्यानं केलेला आहे, त्यांना सगळी माहिती नीट विचारा. त्या उमेदवारांच्या सहकाऱ्यांची माहिती काढा म्हणजे तुम्ही त्यांच्याकडेही चौकशी करू शकाल. उमेदवाराच्या बायोडाटामध्ये न सांगितलेल्या व्यक्तींकडून तुम्हाला जास्त खरी माहिती मिळू शकेल.

अनेक कार्यकारी समित्यांनी मला हा तीनचा नियम उत्तम प्रकारे उपयोगी पडल्याचं कळवलं आहे. या नियमामुळे त्यांना हवी असलेली योग्य व्यक्ती निवडायला मदत झाली आणि त्यामुळे संपूर्ण टीमची परिणामकारकता वाढली असं त्यांनी नमूद केलं.

SWANचं सूत्र

जॉन स्वान नावाच्या एका नेमणूक अधिकाऱ्यानं काही वर्षांपूर्वी हे सूत्र सांगितलं. तुमची नेमणूक प्रक्रिया सुरळीत आणि परिणामकारक व्हावी, यासाठी हे स्वान हा छानसा शब्द तुमच्या उपयोगी पडेल. या शब्दात चार इंग्रजी अक्षरं आहेत : S, W, A, N.

S (स्मार्ट) म्हणजे हुशार. हुशार माणसांना निवडा. उमेदवाराची बुद्धिमत्ता तुम्ही कशी ठरवाल? अर्थात प्रश्नांवरून. बुद्धिमान माणसांना विविध विषयांची माहिती घेण्यात सर्वसामान्य लोकांपेक्षा अधिक रस असतो.

W (हार्ड वर्क) म्हणजे कठीण परिश्रम. अशी माणसं शोधा ज्यांची मेहनत घ्यायची तयारी आहे. आधीच्या नोकरीच्या ठिकाणी या लोकांनी

वेळ पडल्यास खूप वेळ काम केलेलं आहे, संध्याकाळी जास्त वेळ थांबून अगदी सुट्टीच्या दिवशीसुद्धा.

A (ॲम्बिशन) म्हणजे तुमची महत्त्वाकांक्षा. खरा उमेदवार तोच ज्याला आयुष्यात प्रगती करायची आहे. नवनवीन गोष्टीचं प्रशिक्षण घेण्यासाठी अशी महत्त्वाकांक्षी माणसं नेहमीच पुढे असतात. किंबहुना, वैयक्तिक आणि कार्यालयीन पातळीवर पुढे जाण्यासाठी त्यांनी वाचन आणि अभ्यास कधीच सुरू केलेला असतो.

आता, *N* (नाइस पीपल) म्हणजे चांगली माणसं. उमेदवाराची लोकप्रियता ही गांभीर्यानं घेण्याची गोष्ट आहे. ज्यांना सतत विविध प्रकारच्या माणसांशी बोलावं लागतं किंवा ग्राहकांना सांभाळावं लागतं अशा पदांसाठी तर लोकप्रियता हा गुण अत्यावश्यक आहे. प्रसिद्ध अमेरिकन उद्योजिका लीओना हेम्सले, त्यांच्या हॉटेलच्या चेनबद्दलच्या जाहिरातीत एकदा म्हणाल्या होत्या, 'आम्ही लोकांना नोकरीवर ठेवून मग ग्राहकांशी चांगलं वागण्याचं प्रशिक्षण त्यांना देत नाही, तर आम्ही मुळातच चांगल्या माणसांनाच नोकरीवर ठेवतो.'

या सगळ्याचा सार इतकाच की, योग्य लोकांना पारखण्याची तुमची क्षमता हीच मुळात एक प्रेरणादायी गोष्ट आहे. आधी चुकीच्या लोकांना निवडायचं आणि नंतर त्यांना उत्तम काम करण्यासाठी प्रेरित करायचं, असं होऊ शकत नही. त्यापेक्षा तुम्ही थोडे कष्ट घेऊन, काळजीपूर्वक, योग्य व्यक्तींनाच नोकरीसाठी निवडावं हेच उत्तम.

कृती कार्यक्रम

१. आजच्या घडीला तुमच्या टीममधील सर्वोत्तम लोकांमध्ये असलेले गुण शोधा. भविष्यातही हेच लोक तुमच्यासोबत असावेत म्हणून तुम्ही काय कराल?

२. पुढच्या वेळेस जेव्हा नोकरीभरतीची निवडप्रक्रिया सुरू होईल, तेव्हा हा तीनचा नियम जसा या प्रकरणात सांगितला आहे, तसाच

अमलात आणा. हा नियम तुम्ही सुरुवातीपासून शेवटपर्यंत एकही पायरी न गाळता एकदा वापरलात म्हणजे या तंत्राचा वापर तुम्ही सातत्यानं करू शकाल.

३

दमदार सुरुवात

डेलॉईट आणि टशे नावाच्या अकाउंटिंग फर्मनं त्यांच्या तीस वर्षांच्या संशोधनात संस्थेच्या हजारो कर्मचाऱ्यांचा अभ्यास केला आणि एक शोधनिबंध प्रसिद्ध केला. अगदी सुरुवातीच्या उमेदवार निवडण्याच्या प्रक्रियेपासून सुरू झालेला प्रत्येक कर्मचाऱ्याचा प्रवास त्यामध्ये नोंदवला आणि त्याचा अभ्यास केला. नोकरीच्या संपूर्ण कालावधीमध्ये कर्मचाऱ्याच्या उत्तम कार्यक्षमतेचा अंदाज देऊ शकणारे घटक शोधून काढण्याचा हेतू या संशोधनामागे होता. संशोधकांना या अभ्यासातून जी काही माहिती मिळाली ती रंजक होती.

सुरुवातीला त्यांना चांगल्या कामगिरीशी, कर्मचाऱ्याची *स्वतःची निवडप्रक्रिया* असल्याचा महत्त्वाचा शोध लागला. ज्या उमेदवारांकडे एकापेक्षा जास्त नोकऱ्यांचे पर्याय होते, त्यांच्यासाठी स्वतःची निवडप्रक्रिया अशी संज्ञा वापरण्यात आली. इतर कंपन्यांमध्ये मुलाखती झाल्यानंतर हे उमेदवार, जे अशा उच्च पदांच्या नोकऱ्यांच्या शर्यतीत असण्याएवढे बुद्धिमान नक्कीच होते, ते डेलॉईट आणि टशे या संस्थेकडे स्वतःहून आले. 'माझी *याच ठिकाणी* काम करण्याची इच्छा आहे,' असं त्यांनी ठामपणे सांगितलं.

दुसऱ्या शब्दात सांगायचं झालं, तर या उमेदवारांनी स्वतःच ठरवलं डेलॉईट हा त्यांच्यापुढील सर्वोत्तम पर्याय आहे. डेलॉईटमधील ही विशिष्ट नोकरीच करायची, असं त्यांनी पक्क ठरवलेलं होतं. ही नोकरी पत्करल्यानंतरही अनेक वर्षांनी पाहिलं, तर स्वतःहून नोकरी स्वीकारलेले कर्मचारी इतरांपेक्षा कितीतरी पटीनं उत्तम काम करताना दिसून आले.

त्यांना भरपूर काम द्या

त्यांना सापडलेला दुसरा घटक आणि या प्रकरणाचा केंद्र बिंदू म्हणजे उच्च कार्यक्षमतेच्या व्यवस्थापकांनी नोकरीच्या अगदी पहिल्या दिवसापासूनच प्रचंड काम करायला सुरुवात केली होती, असं आढळून आलं.

एखाद्या प्रौढ व्यक्तीचा स्वभाव आणि व्यक्तिमत्त्व घडण्यामध्ये तिच्या स्व-संकल्पनेची मध्यवर्ती भूमिका असते आणि ही स्व-संकल्पना म्हणजे नक्की काय हे आपण पहिल्या प्रकरणात बघितलं. अगदी लहानपणीच्या अनुभवांमधून जशी व्यक्तीची स्व-संकल्पना तयार होते, तशी कर्मचाऱ्याची स्व-संकल्पना त्यांच्या नोकरीमधील वागणुकीशी संबंधित असते, याची सुरुवात कर्मचाऱ्यांच्या कंपनीशी झालेल्या पहिल्या संपर्कापासून होते. नवीन कर्मचाऱ्यांवर पडलेली कंपनीची पहिली छाप त्यांच्यावर खोल ठसा उमटवून जाते. जेव्हा हा पहिला अनुभव किंवा ठसा त्यांना अचानक त्यांचं ध्येय, त्यांच्या कामाच्या भूमिका, जबाबदाऱ्या काय आहे हे दाखवून देतं, तेव्हा त्यांची खात्री पटते हीच ती जागा जिथं आपल्याला दिवसरात्र झटून काम करायचं आहे.

कर्मचाऱ्यांचं एकंदर कंपनीबरोबरचं करिअर पाहता असं लक्षात येतं, हळूहळू कामाची सुरुवात केलेल्या कर्मचाऱ्यांपेक्षा ज्यांच्यावर पहिल्या दिवसापासून कामाचा बोजा पडला आहे, असे कर्मचारी जास्त मेहनती आहेत. मेहनती कर्मचाऱ्यांचं त्यांच्या कामावर आणि कार्यपद्धतीवर लक्ष आहे. उलटपक्षी, डेलॉईट आणि टशेच्या संशोधकांना असंही आढळून आलं आहे, ज्या कर्मचाऱ्यांना सहकाऱ्यांशी, कामाशी

ओळख करून घेण्यासाठी पुरेसा वेळ दिला गेला, ते कर्मचारी दहा वर्षांनंतरही अत्यंत कूर्मगतीनं काम करत होते आणि त्यांचं कामातील योगदानही विशेष नव्हतं.

कार्यजगतातील पहिल्या क्रमांकावर असलेली प्रेरणा आहे *कामातील आव्हानं*. प्रत्येक कर्मचाऱ्याची त्याला आव्हानात्मक काम मिळावं, अशी किमान इच्छा असते. काम पूर्ण करण्यासाठी, कामासोबत जुळवून घेण्यासाठी थोडासा ताण, थोडी स्पर्धा गरजेची असतेच. कर्मचाऱ्यांनाही तेच हवं असतं. जास्त काम पडल्याबद्दल हे कर्मचारी कुरकुर करतात खरे; पण जरा खोदून विचारल्यावर ते कबूल करतात की, त्यांना काम न करता कंटाळवाणं बसण्यापेक्षा कामात गुंतलेलं असणं केव्हाही आवडतं.

नवीन कर्मचाऱ्यांची नोकरीची सुरुवात भरपूर काम देऊन करा. त्यांना कामात पार बुडवून टाका आणि कामातून डोकं वर काढायलाही वेळ देऊ नका. त्यांच्या कार्यक्षमतेच्या कणभर जास्त काम त्यांना द्या. कामाच्या जबाबदारीमध्ये नवनवीन कामाची भर सतत घालत राहा. अगदी सुरुवातीपासूनच तुम्ही कर्मचाऱ्यांना भरपूर काम दिलंत आणि जास्त जबाबदाऱ्या सोपवल्या आणि त्यांच्या कौशल्यांवर, क्षमतांवर विश्वास ठेवलात, तर ते सगळी आव्हानं पार करून उत्तम काम करून दाखवतील आणि पहिल्या दिवसापासूनच टीममधील उत्कृष्ट खेळाडू बनतील.

तुम्ही कर्मचाऱ्यांना देऊ केलेलं काम फक्त आव्हानात्मकच नाही, तर ते *आनंददायीसुद्धा* असलं पाहिजे. कामातली विविधता कर्मचाऱ्यांना आनंद देते आणि नवीन अनुभवांसाठी त्यांच्या बुद्धीची कवाडं खुली करते. ज्या कामात लोकाचं मन रमतं, त्यानं नेहमीच आनंददायक वातावरण निर्माण होतं.

प्रत्यक्ष व्यवस्थापनाचा सराव करा

जसं नोकरीच्या पहिल्या दिवसापासून कर्मचाऱ्यांना भरपूर काम देणं आवश्यक आहे, तसंच तुमच्याकडून नवीन कर्मचाऱ्यांना कामाचा प्रत्यक्ष अनुभव आणि तुमचा पाठिंबा मिळायला हवा. नवीन कर्मचारी 'तुलनेनं कमी अनुभवी असतात.' कमी अनुभवापेक्षा त्याला नवखेपणा म्हणणं अधिक योग्य. माणसाला आधीच्या कामाचा कितीही मोठा अनुभव असू दे; पण नवीन नोकरी धरली तो काटा परत शून्यावरच येऊन थांबतो. नवीन कर्मचाऱ्यांना काय काम करायचं आहे आणि कसं करायचं आहे, याची फारशी कल्पना नसते.

याच कारणास्तव, आलेल्या नवीन कर्मचाऱ्यांना तुम्ही व्यवस्थित सांभाळून घ्यायला हवं. अनोळखी ठिकाणी नवीन पद्धतीचं काम करताना त्यांना प्रत्येक पायरीवर काळजीपूर्वक मार्गदर्शन करायला हवं. व्यवसायासंबंधित पुस्तकांमध्ये पूर्वी सांगितलेली 'बुडा किंवा तरून जा' ही कल्पना आता कालबाह्य झाली आहे. 'आर या पार' असा काही मार्ग असलाच, तर नवीन माणसांसाठी तो फारसा उपयुक्त ठरत नाही.

हे सारं करण्यासाठी तुमच्या स्वतःकडे वेळ नसेल, तर तुमच्या नवोदित कर्मचाऱ्यांना अशा कोणत्या तरी जबाबदार व्यक्तीकडे सोपवा, जी त्यांना कंपनीच्या कार्यपद्धतीचा आणि त्यांच्या कामाचा योग्य परिचय करून देईल आणि त्यांनी कशा पद्धतीनं काम करावं याचंही मार्गदर्शन करेल. नवख्या कर्मचाऱ्यांना संस्थेप्रती आपुलकी निर्माण व्हावी आणि कामातील आत्मविश्वास वाढावा, यासाठी त्यांच्याशी मैत्री होणं खूप गरजेचं आहे.

भक्कम पायाभरणी करा

कामाची अत्यंत कूर्मगतीनं सुरुवात करणाऱ्या कर्मचाऱ्यांची समजूत व्हायला लागते की, इथं सगळं काही चालतं आणि अशी वेळकाढू वृत्तीसुद्धा चालण्यासारखी आहे. पुढं जाऊन अशा मनोवृत्तीच्या

कर्मचाऱ्यांना बदलणं, त्यांना अधिक चांगलं काम करण्यासाठी प्रोत्साहन देणं दुरापास्त होऊन बसत. एकदा का असा आळशी साचा तयार झाला म्हणजे त्याचा आकार बदलणं अशक्य असतं. त्या व्यक्तीच्या भविष्यकालीन कार्यप्रणालीची ती नांदीच असते म्हणा ना. ती व्यक्ती मग तिच्या संपूर्ण कार्यकालावधीत संथ गतीनं कामं करत राहते.

SWAN सूत्र आठवा. त्यातला दुसरं सूत्र आहे कठीण परिश्रम. कर्मचारी संस्थेत रुजू झाल्यापासून त्यानं संस्था सोडेपर्यंतच्या कालावधीमध्ये त्यांच्याकडून जास्तीत जास्त मेहनत करून घ्यायची जबाबदारी तुमची आहे. त्यायोगे तुम्ही असे कर्मचारी तयार करू शकाल जे भविष्यात त्यांच्या कार्यपद्धतीमुळे कौतुकास पात्र ठरतील आणि त्याच्या मागे तुमची प्रेरणा असेल.

कृती कार्यक्रम

१. तुमच्या भावी कर्मचाऱ्याची मुलाखत घेताना, त्या व्यक्तीची तुमच्या संस्थेत काम करण्याची कितपत तीव्र इच्छा आहे हे जाणून घ्या. तुमची नोकरी स्वीकारण्यासाठी तुम्हाला ज्यांची मनधरणी करावी लागेल, अशा लोकांची कधीही निवड करू नका.

२. इथून पुढं, नवीन कर्मचारी कामावर रुजू झाल्यावर त्यांना त्यांच्याकडून अपेक्षित असलेल्या कामाची यादी द्या. अगदी नोकरीच्या पहिल्या दिवसापासून त्यांना आणि स्वतःलासुद्धा ही सवय लावा. नवीन कर्मचाऱ्यांना तुमच्या विश्वासात घ्या. टीममध्ये मेहनती आणि आवश्यक सदस्य म्हणून त्यांची ओळख निर्माण व्हावी, यासाठी त्यांना हवी ती मदत करा. व्यवस्थापक म्हणून तुम्हाला या कार्यासाठी वेळ मिळत नसेल, तर दुसऱ्या कोणावर तरी ही जबाबदारी सोपवा आणि ती योग्य रीतीनं पार पडेल असं पाहा.

४

अपेक्षा स्पष्टपणे सांगा

लोकांना प्रेरित करण्याचा सोपा आणि रामबाण उपाय कोणता असेल, तर तो म्हणजे त्यांना स्वतःबद्दल आणि स्वतःच्या कामाबद्दल खूप छान असं वाटू देणं. लोकांना स्वतःबद्दल असं एकदम वेगळं, छान वाटावं, यासाठी त्यांच्यात 'जेतेपदाची, जिंकण्याची भावना' निर्माण होणं आवश्यक असतं. मी जिंकलो ही भावना प्रत्येक माणसाला सुखावणारी असते. इतरांनी आपल्याला सक्षम, यशस्वी समजावं, आपला आदर करावा, असं प्रत्येक व्यक्तीला वाटत असतं.

एखाद्या शर्यतीमध्ये किंवा स्पर्धेमध्ये कोण जिंकतं? अर्थात, अंतिम रेषा जो प्रथम पार करतो तो जिंकतो.

नोकरीच्या ठिकाणी कोणती व्यक्ती जिंकते? त्याचं उत्तर आहे : जे त्यांचं नेमून दिलेलं काम योग्य पद्धतीनं पार पाडतात ते या कामाच्या जगामध्ये जिंकतात. कार्यजगताच्या नियमाप्रमाणे तुमची ऊर्जा, कामाचा उत्साह आणि सकारात्मक आत्मसन्मान यांचा उगम कार्यपूर्तीमध्येच दडलेला आहे.

तुमची आजपर्यंतची सर्वोत्तम कामगिरी कोणती? या प्रश्नाला जवळ जवळ सगळ्यांनीच एकसारखं उत्तर दिलं, 'ज्या कामगिरीमध्ये

माझ्याकडून नक्की काय अपेक्षित आहे, हे स्पष्ट केलेलं होतं, ती माझी आजपर्यंतची सर्वोत्तम कामगिरी म्हणता येईल.'

कर्मचाऱ्यांना त्यांच्या खराब कामगिरीबद्दल विचारलं असता उत्तर होतं, 'ज्या कामात माझ्याकडून वरिष्ठांना नक्की काय हवं होतं हे मला कधीच नीट कळलं नाही, त्यात माझी कामगिरी खूपच खराब झाली.'

जेव्हा जेव्हा तुम्ही लोकांना तुमच्या त्यांच्याकडून कामाप्रती असलेल्या अपेक्षा स्पष्टपणे सांगता, तेव्हा कामाच्या सुयोग्य पूर्ततेची जाणीव तुमच्या टीममधील लोकांना जिंकल्याचा आनंद देते. कामाच्या अपेक्षांमध्ये पुरेशी स्पष्टता नसणं, तुम्हाला त्या टीमपर्यंत पोहोचवता न येणं यामुळे तुम्ही तुमच्या टीमला या जेत्याच्या भावनेपासून वंचित ठेवत असता.

जिंकण्यासाठी पाच पायऱ्या

कामाच्या ठिकाणी अंतिम रेषा पार करून जेतेपद मिळवायचं असेल, तर माणसाला पाच गोष्टींची आवश्यकता असते :

१. आधीच चर्चा करून ठरवलेली सामायिक ध्येय आणि उद्दिष्टं असावीत.

२. कामाची परिमाणे, मानके आणि सांख्यिकी मेट्रिक्स ही ठरलेली असावीत, त्यामुळे कामाच्या यशापयशाचं मूल्यमापन कर्मचाऱ्याला सहजतेनं करता येईल.

३. कामाच्या पूर्ततेची अंतिम मुदत सगळ्या टीमला नीट माहीत असावी म्हणजे आपलं काम किती वेळात कसं पूर्ण करायचं आहे, याचा कर्मचाऱ्यांना अंदाज येईल.

४. यशाचा अनुभव म्हणजेच कर्मचाऱ्यांनी नेमून दिलेलं काम ठरलेल्या कालावधीमध्ये, दिलेल्या बजेटमध्ये आणि गुणवत्तापूर्ण असं केलं पाहिजे.

५. दखल आणि बक्षीस - दिलेलं काम यशस्वीरीत्या पूर्ण केलं गेल्याची दखल वरिष्ठ लोकांनी घ्यायला हवी. जिंकू पाहणाऱ्या स्पर्धकाला ज्याप्रमाणे प्रेक्षक प्रोत्साहन देत असतात, चीअर करतात त्याचप्रमाणे टीममधल्या सदस्यांना वरिष्ठांनी प्रोत्साहन द्यायला हवं. शाबासकी बरोबरच एखादं लहानसं बक्षीससुद्धा द्यायला हरकत नाही.

'जे लक्ष्य तुम्हाला दिसत नाही, त्याचा तुम्ही वेध तरी कसा घेणार?' हेच तत्त्व कामाच्या ठिकाणीही लागू पडतं. लोकांना कामाचं अंतिम उद्दिष्ट स्पष्टपणे दिसून येणं महत्त्वाचं आहे, तरच त्यांना ते साध्य केल्याचा आनंद मिळेल. तुम्ही कामाच्या एकूण प्रक्रियेत आणि उद्देशात जेवढी स्पष्टता ठेवाल, तेवढं ते कर्मचाऱ्यांना साध्य करण्यास सोपं होऊन जाईल. जितकी जास्त कार्यपूर्तीची उद्दिष्ट सफल होतील, तितका जेतेपदाचा आनंद आणि उत्साह वाढत जाईल. हाच आनंद कर्मचाऱ्यांच्या स्वाभिमानाला धार चढवेल आणि त्यांच्या कामातील उत्साह शतपटीनं वाढत जाईल.

काम वेळेत पूर्ण करण्याची टांगती तलवार डोक्यावर असल्याने त्या कामाची पटपट विभागणी करून टाकण्याची चूक माझ्यासह अनेक व्यवस्थापकांनी केलेली आहे, त्यामुळे कामाबद्दल चर्चा करायला वेळच मिळाला नाही आणि कर्मचाऱ्यांना नक्की काय करायचं आहे, हे नीटसं समजलं नाही. जेव्हा काम अपूर्ण राहतं, अर्धवट होतं, तुमच्या मनाप्रमाणे होत नाही किंवा खूप त्रुटी राहून जातात, तेव्हा आपण स्वाभाविकरीत्या कर्मचाऱ्यांकडे बोट दाखवतो; पण खरं पाहायला गेलं तर चूक व्यवस्थापकाची असते.

उत्तम कामगिरीची व्याख्या ठरवा

एखाद्या कामातील सर्वोत्तम कामगिरी करण्यासाठी काय लागतं, हे लोकांना कळणं गरजेचं आहे. कर्मचाऱ्याला काम सांगण्याआधी स्वतःला विचारा काम उत्तम रीतीनं पार पडल्यानंतर 'मला कोणता

परिणाम दिसणं अपेक्षित आहे? हे काम उत्तम झालंय, असं मी कशाच्या आधारे ठरवावं?'

कर्मचाऱ्यांना काम सोपवताना त्यांना सांगा जर कामाची गुणवत्ता अबाधित ठेवून नेमून दिलेल्या वेळेत काम पूर्ण झालं, तरच ते यशस्वी झालं असं म्हणता येईल.

काम सोपवलं, कामाची विभागणी पूर्ण झाल्यानंतर तुमच्या अपेक्षेनुसार काम चालू आहे ना, याची खात्री करून घ्यायला विसरू नका. जितकं महत्त्वाचं काम असेल तितकं तुम्ही कामाच्या प्रगतीच्या बाबतीत काटेकोर राहायला हवं. अगदी दररोजसुद्धा कामाची पाहणी केलीत तरी चालेल.

ज्या कामाची तुम्ही रोज पाहणी करता, त्याच्या दैनंदिन प्रगतीवर लक्ष ठेवता ते काम खरोखर महत्त्वाचं आहे हे कर्मचाऱ्यांनाही कळू लागतं. काम देऊन तुम्ही विसरून गेलात, तर तुमची पाठ वळताच कर्मचारीसुद्धा इतर कामं करू लागतात आणि ठरलेलं काम वेळेच्या मागं पडत जातं. कामाची प्रगती नियमितपणे तपासल्यानं काम आणि काम करणारा या दोघांनाही समान महत्त्व आहे हे टीमच्या मनावर ठसतं, त्यामुळे कामाला व्यक्तिगत पातळीवरसुद्धा महत्त्व येतं आणि त्यानं कर्मचाऱ्याचा स्वाभिमान हळूहळू वाढत जातो.

जे कर्मचारी तुमचं काम करत आहेत, त्यांना नेमून दिलेलं काम नक्की काय आहे, त्यांनी ते कशा प्रकारे करायचं आहे आणि कोणत्या क्रमानं करायचं आहे याची स्पष्टता त्यांना देणं ही व्यवस्थापक म्हणून तुमची जबाबदारी आहे. तो विवक्षित प्रकल्प कधी पूर्ण होईल आणि दिलेल्या वेळेत तो कसा पूर्ण करायचा, याचीही सुस्पष्ट कल्पना कर्मचाऱ्यांना असणं आवश्यक आहे. ही माहिती म्हणजे तुम्ही तुमच्या सहकाऱ्यांना दिलेला कच्चा माल असतो, आता कृती करणं आणि जिंकणं हे त्यांच्या कौशल्यांवर अवलंबून असतं.

तुमच्या कामासंदर्भातील अपेक्षा स्पष्ट करण्याचं काम तुमचं आहे. तुमच्या अपेक्षांमध्ये किंवा त्या स्पष्ट करण्यामध्ये काही कच्चे दुवे राहिले, तर टीमच्या मनात कामाविषयी शंका, प्रश्न राहतात आणि कामामध्ये गोंधळ उडायला सुरुवात होते, त्यामुळे कर्मचारी 'कामातील आनंदापासून' वंचित राहतात. या सगळ्यामध्ये तुमचा वेळ तर वाया जातोच; पण झालेल्या कामाचं समाधानही मिळत नाही.

कृती कार्यक्रम

१. पुढच्या वेळी जेव्हा तुम्ही कर्मचाऱ्यांना एखादं काम सोपवाल, तेव्हा वेळात वेळ काढून त्यांच्याशी कामाबद्दल चर्चा करा. त्यांच्याकडून नक्की काय अपेक्षा आहेत, कामामध्ये प्रगती होतं आहे हे कसं पाहायचं, काम पूर्ण करण्यासाठीची अंतिम मुदत काय आहे हे सारं त्यांच्याशी बोलून ठरवा. या कामाचं ध्येयं आणि उद्दिष्ट्यं सर्वमान्य आहेत ना, सर्व कर्मचाऱ्यांना ती नीट कळली आहेत ना याची खात्री करून घेऊन मगच काम सुरू करा.

२. सर्वानुमते कामाची आखणी झाली आणि काम सुरू झालं म्हणजे कर्मचाऱ्यांकडून त्यावरचे अभिप्राय त्यांच्या स्वतःच्या शब्दांत मागवा. तुमच्या मनात जे आहे, जे तुम्ही सांगितलं आहे, ते त्यानं व्यवस्थित ऐकलं आहे, त्याला सगळं समजलं आहे, याची ती चाचणीच असते. साध्या सोप्या प्रकल्पांमध्येसुद्धा किती गैरसमज होऊ शकतात हे कळल्यावर तुम्ही चकित व्हाल!

५

सहकारी व्यवस्थापन अमलात आणा

कर्मचाऱ्यांची कामाशी असलेली बांधिलकी, कामातील सहभाग, त्यांचं संस्थेशी असलेलं नातं आणि त्यांना आपलेपणाची जाणीव निर्माण होणं, यासाठी सहकारी व्यवस्थापनासारखं दुसरं प्रभावी तंत्र नाही. मुळात, काम करताना ध्येय ठरवण्यामध्ये कर्मचाऱ्यांचा असलेला सहभाग आणि त्यांची गुणवत्तापूर्ण कामाशी असलेली बांधिलकी या दोन्ही गोष्टी एकमेकांशी थेट संबंधित आहेत.

सॉक्रेटीस म्हणतो की, 'एखादी गोष्ट आपण चर्चा करून, त्यासंबंधी बोलतच शिकत जातो.' चर्चा आणि प्रेरणा यांचं थेट नातं नाहे. तुमच्या हाताखालच्या लोकांनी जर उत्तम काम करावं आणि त्यातून मिळणाऱ्या आत्मविश्वासाचा आनंद घ्यावा, असं तुम्हाला वाटत असेल, तर त्यांना त्यांच्या वरिष्ठांशी कामाबद्दल चर्चा करण्याची रोज संधी मिळायला हवी.

सहकारी व्यवस्थापनाचा जादुई परिणाम पाहायचा असेल, तर त्या प्रक्रियेबद्दल व्यवस्थापकांना आस्था हवी. व्यवस्थापकांपासून कर्मचाऱ्यांपर्यंत सगळ्यांचा सहभाग या प्रक्रियेमध्ये असला पाहिजे, असा तुमचा विश्वास हवा. कर्मचारी जे काम करणार आहेत ते ठरवण्यामध्ये,

त्याची गुणवत्ता ठरवण्यामध्ये आणि काम पूर्ण कशा पद्धतीनं झालं पाहिजे या प्रक्रियेमध्ये सहभागी होण्याचा कर्मचाऱ्यांना हक्कच आहे, याची जाणीव तुम्हाला असली पाहिजे.

उच्च कार्यक्षमतेचे दोन निकष

मानसशास्त्रज्ञांना असे दोन घटक सापडले जे प्रौढावस्थेत मिळालेल्या यशामध्ये महत्त्वाची भूमिका बजावतात. पालकांच्या आपल्या पाल्याकडून असणाऱ्या सकारात्मक अपेक्षा आणि कुटुंबातील लोकशाहीसारखं वातावरण हे ते दोन घटक आहेत.

प्रौढ माणसं म्हणजे तरी नक्की काय? आपल्या स्वभावाची आणि कामाची योग्य कारणमीमांसा करू शकणारी मुलंच, त्यामुळे घरातील ज्या घटकांमुळे मुलं यश मिळवू शकतात, तेच घटक त्यांच्या कामाच्या ठिकाणीसुद्धा लागू पडतात : सकारात्मक अपेक्षा आणि लोकशाही पद्धत.

उत्तम काम करणाऱ्या टीम कोणत्या तर ज्या संघामध्ये अथवा टीममध्ये कर्मचारी आणि वरिष्ठ एकजुटीनं काम करतात, ज्या संघामध्ये सर्व कामं एकमेकांशी चर्चा करून ठरवली जातात आणि त्यात सर्वांचा मनापासून सहभाग असतो, त्या संघांकडून कायम उत्तम कामगिरी केली जाते.

व्यवस्थापक म्हणून तुम्ही वरचेवर स्टाफला भेटत राहिल्यानं त्यांची सहभागाची भावना तर वाढतेच; पण त्यांचा स्वाभिमानही योग्य रीतीनं जोपासला जातो. उदाहरणच द्यायच झालं तर मी कुटुंबाचच उदाहरण देईन. कुटुंबातील सगळ्या सदस्यांनी रात्रीच्या जेवणासाठी एकत्र यायची पद्धत का आहे? तर यामुळे एकमेकांशी हसत खेळत संवाद साधला जातो. दिवसभरातील माहितीची, घटनांची देवाण-घेवाण होते. जर तुम्ही अशा एकत्रित येण्याच्या वेळा टाळत गेलात आणि संवादांची देवाण-घेवाण बंद झाली, तर तुमचं कौटुंबिक आयुष्य संपायला वेळ लागत नाही. हीच गोष्ट तुमच्या कार्यालयीन जीवनासाठीही लागू पडते.

टीमबांधणीच्या पाच किल्ल्या

उत्तम काम करणारी टीम तुम्हाला तयार करायची असेल, तर त्यासाठी लागणारे पाच घटक लक्षात घ्या.

१. *सामायिक लक्ष्य आणि उद्दिष्टं* : टीमनं वरचेवर एकमेकांना भेटून त्यांच्या लक्ष्य आणि उद्दिष्टांबद्दल चर्चा केली पाहिजे. काम नक्की कशा पद्धतीनं, किती वेळात पूर्ण केलं गेलं पाहिजे आणि त्याची गुणवत्ता कशी असावी, यावर चर्चा केली पाहिजे.

२. *सामायिक मूल्यं आणि मार्गदर्शक तत्त्व* : सदस्यांनी एकमेकांसोबत काम करताना वक्तशीरपणा, जबाबदारी घेणं, मदतीसाठी तत्पर राहणं, एकमेकांना सहकार्य करणं आणि दिलेला शब्द पाळणं अशा काही मूल्यांवर चर्चा करून ती काटेकोरपणे पाळण्याचं वचन दिलं पाहिजे.

३. *सामायिक कृती योजना* : संघातील प्रत्येक सदस्याला नेमकं काय काम करणं अपेक्षित आहे आणि त्यांच्या योगदानामुळे कामात कशी मदत होईल, याची स्पष्ट कल्पना प्रत्येक सदस्याला असली पाहिजे. प्रत्येक सदस्यानं त्याला नेमून दिलेलं काम हे ठरलेल्या वेळेत आणि चांगल्या दर्जाचं केलं पाहिजे.

४. *कृतिप्रमुख* : व्यवस्थापकाचं किंवा कृतिप्रमुखाचं काम हे नेमून दिलेलं काम उत्तमरीत्या पूर्ण करण्यासाठी सदस्याला ज्या कशाची आवश्यकता भासेल, ते त्याला उपलब्ध करून देण्याचं आहे. काम वेळेत पूर्ण करण्यामध्ये काही अडचणी किंवा अडथळे असतील तर त्या सोडवून टीमचा मार्ग सुकर करण्याचं काम व्यवस्थापकाचं असतं.

५. *नियमित अवलोकन आणि अभिप्राय* : 'आपलं काम कसं चाललं आहे' हे पाहायला सगळ्या टीमनं एकत्रित नियमित भेटायला

हवं. कामाच्या संदर्भात सकारात्मक आणि मोकळेपणानं केलेली चर्चा ही टीमच्या उत्तम कामगिरीला पूरकच ठरते.

सहकारी व्यवस्थापनामध्ये व्यवस्थापकाची भूमिका ही मार्गदर्शकाची किंवा भागीदाराची असते. कर्मचाऱ्यांचं काम कसं चाललं आहे हे त्यांना सांगणं, आवश्यक तिथं त्यांना मार्गदर्शन करणं आणि त्यांना चांगल्या कामासाठी प्रोत्साहन देणं ही व्यवस्थापकाची जबाबदारी असते. सहकारी व्यवस्थापनामध्ये व्यवस्थापक कार्यप्रकल्पांचं वितरण करतो, सर्वांना कामं देतो, कामातील प्रगतीविषयी बोलतो आणि प्रत्येकाला प्रत्येकाच्या कामाविषयी माहिती असेल याची खात्री करून घेतो. स्टाफ एकमेकांशी सगळ्या गोष्टींबद्दल मोकळेपणानं बोलतो.

जोपर्यंत कर्मचारी त्यांची मतं आणि कल्पना नियमितपणे मांडत असतात, तोपर्यंत त्यांचा कामातील रस आणि सहभाग टिकून राहतो, त्यामुळे तुम्ही कामाबद्दल जितक्या वारंवार चर्चा कराल, सदस्यांची मतं मागवाल, त्यांना विचार करायला प्रवृत्त कराल, तितकी प्रत्येक व्यक्तीची कामाविषयीची बांधिलकी आणि तितकाच उत्साहही वाढत राहील.

लोकांना माहिती देत राहा

GreatPlacetoWork.com नावाच्या वेबसाईटवर दरवर्षी काही सर्वेक्षणं आणि निरीक्षणं नोंदवली जातात. त्यात असं आढळून आलं की, सर्व प्रेरणांमध्ये 'आम्हाला सगळं माहीत आहे' ही भावना लोकांसाठी सगळ्यात जास्त प्रेरणादायी होती. आम्हाला आमच्या कामाची आणि कामाच्या अनुषंगानं घडणाऱ्या घडामोडींची पूर्ण माहिती दिली गेली होती, असं मत अनेक आनंदी कर्मचाऱ्यांनी नोंदवलं, त्यामुळे त्यांना आपण एका मोठ्या संस्थेचे आदरणीय सभासद आहोत, असं वाटू लागलं आणि याच भावनेनं ते संपूर्ण संस्थेच्या लक्ष्य आणि उद्दिष्टपूर्तीच्या कार्यात सहभागी झाले.

व्यवस्थापन गुरू किंवा सल्लागार एखाद्या कंपनीचं किंवा तिच्या विभागाचं वातावरण अभ्यासताना, कर्मचारी त्यांच्या कामाचं, त्यांच्या स्वतःच आणि कंपनीचं वर्णन कोणत्या शब्दांत करतात, त्याची नोंद घेतात आणि त्यावरून काही निष्कर्ष काढतात.

सर्वोत्तम संस्थांमध्ये लोक त्यांच्या कामाचं वर्णन करताना 'मी आणि माझं' अशी संबोधनं वापरतात आणि त्यांच्या व्यवसायाबद्दल बोलताना 'आम्ही आणि आमचं' अशा विशेषणांचा वापर करताना दिसून येतात. सर्वसाधारण संस्थांमध्ये मात्र कर्मचारी 'ते, त्यांचं काम, त्यांची कंपनी' असे शब्द कंपनीबद्दल बोलताना वापरतात जणू काही ते स्वतः संस्थेचा भागच नाहीत. त्यांचा संस्थेशी काही संबंधच नाही.

कामानं प्रेरित झालेल्या माणसांमध्ये एक अत्यंत महत्त्वाची भावना आढळून येते, ती म्हणजे स्वामित्वाची भावना. सुरुवातीला, कामाचं उद्दिष्ट ठरवण्यामध्ये व ते पूर्ण करण्यामध्ये कंपनी आणि व्यवस्थापक या दोघांचीही समान जबाबदारी असते. कर्मचाऱ्यांचं काम हे तुम्हाला तुमचं काम पूर्ण करण्यासाठीची मदत आणि सहकार्य करणं हे असतं.

स्वामित्वाची जाणीव विकसित करा

जसजसं तुम्ही कर्मचाऱ्यांशी कामाबद्दल चर्चा करता, ते पूर्ण करण्यासाठी योग्य मार्ग सुचवता आणि कर्मचाऱ्यांच्या बरोबरीनं कामात सहभागी होता, तसतसे कर्मचारी त्या कामाचं स्वामित्व, मालकी स्वतःकडे घेऊ लागतात. पुढे जाऊन मग ते काम म्हणजे कर्मचाऱ्यांची वैयक्तिक जबाबदारी बनते. जेव्हा या मालकीहक्काच्या जाणिवेची अदलाबदल होते, तेव्हा कर्मचारी अधिक जोमानं ते काम पूर्ण करण्याच्या मागं लागतात. कारण, आता घेतलेलं काम कर्मचाऱ्यांच्या आयुष्याचा एक नैसर्गिक भाग बनून जातं. ते काम आता त्यांची जबाबदारी, त्यांची मालमत्ता असते. कामाच्या यशस्वितेतून कर्मचाऱ्यांच्या वैयक्तिक क्षमतांचं प्रतिबिंब दिसत असतं.

कर्मचारी जेव्हा स्वतः शिरावर घेतलेलं काम व्यवस्थित लक्ष घालून पूर्ण करतात, तेव्हा त्यांना त्यातून खूप समाधान मिळतं. त्यांना विजयी झाल्यासारखं वाटतं. त्यांचा स्वाभिमान सुखावतो. अशा मनःस्थितीमध्ये माणसं अधिक काम करण्यासाठी आणि जबाबदारी घेण्यासाठी उत्सुक राहतात. कारण, ही सकारात्मक भावना त्यांना इतर कामामधूनही मिळवावीशी वाटते.

तुम्हाला रिपोर्ट करणाऱ्या प्रत्येक व्यक्तीमध्ये ही स्वामित्वाची भावना विकसित होणं हे उच्च कार्यक्षमतेसाठी अत्यंत आवश्यक आहे.

कृती कार्यक्रम

१. प्रत्येक कर्मचाऱ्याला चर्चा करून, प्रोत्साहन देऊन त्यांच्या कामात मनापासून सहभागी होण्यासाठी उद्युक्त करा. प्रत्येकानं तुमच्या कार्यप्रणालीमधील लक्ष्य प्राप्तीमध्ये सहभागी व्हावं, यासाठी त्यांना प्रोत्साहन द्या.

२. कर्मचाऱ्यांनी कामाची पूर्ण जबाबदारी स्वीकारावी, यासाठी वेगवेगळे मार्ग अवलंबून पाहा. त्यांना प्रश्न विचारा, त्यांना प्रोत्साहन द्या आणि जेव्हा त्यांना काही बोलायचं असेल, तेव्हा त्यांचं म्हणणं शांतपणे ऐकून घ्या. तुमच्याशी ते कामाबद्दल जितकं जास्त बोलतील, तितकी त्यांची कामाशी असलेली बांधिलकी वाढत जाईल आणि काम चांगल्या रीतीनं पूर्ण व्हावं म्हणून झटतील.

६

प्रेरणेचे चार घटक

प्रत्येक संस्थेतील कर्मचाऱ्यांच्या प्रेरणेच्या मुळाशी चार घटक असतात, ज्यांवर त्या प्रेरणांची तीव्रता आणि पातळी ठरते. मग ती प्रेरणा सकारात्मक असो वा नकारात्मक. प्रेरणेचे हे चार स्तंभ आणि तीन आर यांचा अभ्यास आपण पुढच्या प्रकरणात करणार आहोत, अशा सात घटकांवर हा प्रेरणेचा डोलारा उभा असतो. सुदैवानं हे चारही घटक आपण सकारात्मक दिशेनं वळवू शकतो. ज्याच्या कामावर कर्मचारी वर्ग फारसा खूश नाही अशा प्रमुखाच्या जागी नवीन प्रमुख आला म्हणजे काही प्रमाणात खळबळ माजते.

प्रेरणेची मूलतत्त्वं

कोणत्याही संस्थेमधील कोणत्याही व्यक्तीला प्रेरित करण्यासाठी चार घटक आवश्यक असतात आणि हे चार घटक हीच प्रेरणेची मूलतत्त्वे आहेत. आपण ती जाणून घेऊ या. हे चार घटक पुढीलप्रमाणे : १. नेतृत्वाची पद्धत २. बक्षीस प्रदान पद्धत ३. कामाच्या ठिकाणी असणारं वातावरण आणि ४. कामाची रचना.

नेतृत्वाची पद्धत

लोकांना कामाविषयी आणि आपल्या संस्थेविषयी काय वाटतं आणि कामासाठी ते किती प्रेरित झाले आहेत, हे ठरवणारा महत्त्वाचा मुद्दा म्हणजे संस्थेमधील नेतृत्वाची पद्धती. बऱ्याचदा केवळ काही प्रमुख व्यक्ती बदलल्यामुळे कंपनीचं मानसिक वातावरण बदलून जातं आणि हा बदल लोकांच्या कार्यक्षमतेतही झालेला दिसून येतो.

संस्थेचं ध्येय आणि उद्दिष्ट, कंपनीमधील माणसं आणि आजूबाजूचं वातावरण यांच्यावर नेतृत्वाची योग्य पद्धत कशी असावी हे ठरतं.

उदाहरणार्थ, विशेष कृती दल किंवा अग्निशामक दलामध्ये नेतृत्वाची पद्धत बरीचशी आज्ञा देण्यासारखी किंवा थेट हुकूम देण्यासारखी असते आणि हाताखालच्या माणसांनी त्वरित त्या हुकमाची अंमलबजावणी करणं अपेक्षित असतं. कर्मचाऱ्यांच्या वैयक्तिक भावनांना अशा ठिकाणी थारा नसतो. व्यवसाय टिकून राहावा म्हणून संघर्ष करणाऱ्या कित्येक उद्योगधंद्यांमध्ये अशा प्रकारचे हुकूमशाही नेतृत्व आढळून येतं. आता मात्र चित्र बदलताना दिसतं आहे. नव्या फळीतल्या कर्मचाऱ्यांना अशी मालक-नोकर उतरंड पसंत नाही. कर्मचाऱ्यांना स्वतःच म्हणणं मांडता यावं, कोणीतरी ते म्हणणं ऐकून घ्यावं आणि त्यांच्या कामाच्या पद्धतीत त्यानुसार बदल करावेत, अशी हल्लीच्या कर्मचाऱ्यांची किमान अपेक्षा असते.

वेगवेगळ्या लोकांसाठी वेगवेगळी शैली

नेतृत्वाची ही दुसरी पद्धत कॉलेजमधील पद्धतीसारखी असते. एखादी व्यक्ती विभागप्रमुख जरी असली तरी तिच्या सहकाऱ्यांमध्ये ती समान पातळीवरची आणि त्यांच्याच एवढं ज्ञान असलेली असते. अशा प्रकारचं नेतृत्व असणाऱ्या संस्थांमधील माणसं त्यांचं ज्ञान, त्यांची कौशल्यं आणि उच्च कार्यक्षमता असणारी म्हणून ओळखली जातात. याचमुळे या संस्थांमधील कर्मचारी इतरांच्या आदराला पात्र ठरतात.

सांगणं, विक्रीकौशल्य, समजावणं, सहभागी होणं अशाही काही इतर नेतृत्व पद्धती आहेत. कर्मचारी नवीन आहेत का अनुभवी आहेत, काम पूर्ण करण्याची घाई आहे का, त्यासाठी पुरेसा वेळ हातात आहे, यावरही नेतृत्वाची पद्धत ठरते. कधी कधी तर वेगवेगळ्या परिस्थितीत वेगवेगळ्या लोकांना अनुरूप अशा नेतृत्व पद्धती व्यवस्थापकाला वापराव्या लागतात.

बक्षीस प्रदान पद्धती

प्रत्येक संस्थेचं स्वतःची अशी वैशिष्ट्यपूर्ण बक्षीस प्रदान पद्धती असते आणि ती व्यक्तिपरत्वे, विभागपरत्वे बदलते.

द ग्रेटेस्ट मॅनेजमेंट प्रिन्सिपल इन द वर्ल्ड या पुस्तकात लेखक मायकेल लेबॉफ लिहितात, 'ज्याबद्दल आपण गौरवले जातो, तेच काम पूर्ण होते.' तुमच्या संस्थेला कर्मचाऱ्यांकडून एखाद्या विशिष्ट प्रकारच्या वागणुकीची किंवा कामाची अपेक्षा असेल, तर त्या कामासाठी खास बक्षीस जाहीर करा. जी वर्तणूक बदलायची आहे किंवा जे काम कमी करायचं आहे, त्यासाठी एखादी शिक्षा करा किंवा त्यासाठी परवानगी देऊ नका किंवा बक्षीस ठेवू नका. लोकांचा कामाला मिळणारा प्रतिसाद त्या कामाच्या मोबदल्याच्या प्रमाणात मिळतो. लोक प्रोत्साहनाला प्रतिसाद देतात.

कंपन्यांना त्यांची जास्त नफा देणारी उत्पादनं आणि सेवा कोणती हे ओळखणं सोपं असतं. कंपन्या जास्त मागणी असणाऱ्या उत्पादनांना आणि सेवांना मोठ्या प्रमाणावर विकण्यासाठी विक्री विभागातील लोकांना थोडा अधिक मोबदला देतात आणि कमी फायदा देणाऱ्या उत्पादनांसाठी कमी मोबदला मिळतो. विक्री विभागातील लोक किंवा मॅनेजर यांच्यावर एखादं विशिष्ट ध्येय पूर्ण करताना आर्थिक मोबदल्यात केलेल्या बदलाचा परिणाम पटकन होतो.

कार्यालयीन वातावरण

तुमची कंपनी काम करण्याची 'सर्वोत्तम जागा आहे का?' कंपनीमधील वातावरण हे व्यवस्थापनाकडून हेतुपूर्वक घडवलं जातं आणि ते कायम राहावं, यासाठी प्रयत्न केले जातात. कंपनीमधील कर्मचारी हे आपल्या वरिष्ठांशी आणि कनिष्ठांशी कसं वागतात, त्यांना कशी वागणूक देतात, यावरून कंपनीचं कार्यालयीन वातावरण ठरतं.

जेव्हा थॉमस वॉटसन सिनियरनं आयबीएम सुरू केली, तेव्हा त्यानं कंपनीची तीन मूलभूत मूल्यं ठरवली. उत्कृष्ट उत्पादनं आणि सेवा, उत्कृष्ट ग्राहकसेवा आणि प्रत्येक व्यक्तीचा आदर ही ती तीन मूल्यं ज्यांच्यावर कंपनीचं भविष्य ठरणार होतं. याच मूल्यांची कास धरून आयबीएम ही जगातील सर्वांत मोठी आणि आदरणीय संगणक कंपनी ठरली.

राष्ट्रीय आणि आंतरराष्ट्रीय या दोन्ही ठिकाणी संस्थेच्या 'प्रत्येक स्तरावरच्या माणसावर प्रत्येक व्यक्तीचा आदर' हे मूल्य मात्र जवळजवळ लादलंच गेलं. आयबीएममध्ये तुमची कोणतीही चूक माफ केली जाईल केवळ एक चूक सोडून. ती म्हणजे संस्थेच्या किंवा संस्थेबाहेरच्या कोणत्याही व्यक्तीचा अनादर, अपमान किंवा कुणाबरोबर केलेली गैरवागणूक कोणत्याही परिस्थितीत खपवून घेतली जाणार नाही. तुम्ही कितीही अनुभवी असलात किंवा संस्थेत कितीही वर्षं काम करीत असाल; पण जर तुम्ही तुमच्या हाताखालच्या लोकांना चुकीच्या पद्धतीनं वागवलं, तर ही कामावरून काढून टाकण्याइतकी गंभीर बाब होऊ शकते.

याचा परिणाम असा झाला, लोक आयबीएममध्ये नोकरी मिळावी म्हणून जीवाचं रान करू लागले आणि नोकरी मिळाल्यावर जगातील सुखी, उत्पादनक्षम आणि सर्जनशील व्यक्ती बनले. थोडक्यात इथं त्यांना सुखी माणसाचा सदरा मिळाला, असं म्हणायला हरकत नाही.

कामाची रचना

काही कामंच अशी असतात की, जिथे तुमची सर्जनशीलता, कल्पनाशक्ती, प्रेरणा आणि भरपूर ऊर्जा यांची एकत्रित गरज असते. ज्या कामामध्ये माणसांशी सतत बोलावं लागतं, त्यांच्याशी घासाघीस करावी लागते, काम चांगलं आणि पटकन व्हावं, यासाठी त्यांचं सहकार्य मिळवावं लागतं, त्या कामामध्ये माणसाला प्रचंड ऊर्जेची गरज लागते. असं काम रोमांचक तर असतंच; पण आव्हानात्मकसुद्धा असतं. अशा कामांना पुरस्कारही भरपूर मिळतात.

असं असलं तरी सगळीच कामं अशी नसतात. कामं सुरळीतपणे पार पडावीत आणि ती किफायतशीर दरात व्हावीत म्हणून कंपनीच्या प्रचंड कामाचं विभाजन थोड्याशा कंटाळवाण्या दैनंदिन कामामध्ये करावं लागतं. त्यासाठी काही मानके आणि नियम लागू करावे लागतात. यंत्रांवर सतत काम करणाऱ्या कामगारांना प्रेरित करणं खूप अवघड असतं. एकतर त्यांना एकच एक काम यंत्रावर सतत करावं लागतं आणि थेट उत्पादनाशी संबंधित असल्यामुळे त्यांच्या कामावर काळजीपूर्वक लक्ष ठेवलं जातं. अशा यांत्रिक कामामध्ये रोमांचकता कशी येणार?

कर्मचाऱ्याचा स्वभाव आणि कामाचं स्वरूप एकमेकांना अनुरूप असतील, अशा पद्धतीनं कामाची आखणी करण्याचे प्रयत्न चांगल्या कंपन्या नेहमीच करत असतात, तसंच काम शक्य तितके आनंददायी, सुखदायी व्हावे, यासाठीही प्रयत्नशील असतात.

नेता तत्काळ बदल घडवू शकतो

बक्षिसाची पद्धत, कार्यालयीन वातावरण आणि कामाच्या रचनेमध्ये बदल करता येऊ शकतात; पण त्या बदलांची गती अत्यंत धीमी असते. प्रत्येक घटकाचा बारकाईनं काळजीपूर्वक विचार करून मगच त्यात बदल करता येतात; पण संस्थेमधील नेतृत्वाची पद्धत हा एकच घटक पटकन

बदलता येतो आणि नेतृत्व बदलानं अक्षरशः रातोरात खूप गोष्टींमध्ये फरक पडू शकतो.

एका कारखान्याची गोष्ट सांगतो. तिथल्या व्यवस्थापनामध्ये सतत अंतर्गत राजकारण चालू असे आणि वरिष्ठ व्यक्तींना कामगारांच्या हितापेक्षा स्वतःच्या तुंबड्या भरून घेण्यात जास्त रस होता. या सगळ्या अंदाधुंदीमुळे कारखाना बंद पडायच्या बेतात आलेला होता. उत्पादन घटलं होतं. कोणाला कामाची चाड राहिली नव्हती, त्यामुळे मुख्य कार्यालय हा कारखाना बंद करायच्या विचारात होती.

परंतु मुख्य कार्यालयानं कारखाना बंद करण्याऐवजी, चालू व्यवस्थापन बदलून नवीन जनरल मॅनेजर नियुक्त केला. त्याच्या नोकरीच्या पहिल्याच दिवशी, सगळे पहिल्या पाळीचे कामगार यायच्या आत, जनरल मॅनेजर कामावर हजर होता आणि त्यांची वाट पाहत होता. दिवसपाळीचे कामगार सकाळी कामावर आले. त्यांनी पटापटा आपल्या गाड्या पार्किंगमध्ये लावल्या. प्रवेशद्वारातील चिखलातून चालत कारखान्यात आले. जेव्हा सगळे कामगार हजर झाले, तेव्हा नवीन व्यवस्थापकानं स्वतःची ओळख करून दिली. ओळख झाल्यानंतर सरळ चालत तो व्यवस्थापक कंपनीच्या बाहेरच्या दाराशी असलेल्या राखीव वाहनतळाकडे गेला. तो वाहनतळ अधिकाऱ्यांसाठी राखून ठेवलेला होता. ते जेव्हा केव्हा येतील, तेव्हा तिथं गाडी लावता येण्याची सोय होती. मॅनेजरच्या मदतनिसानं त्याच्या हातात रंगानं भरलेली एक बादली दिली. नवीन व्यवस्थापकानं, ज्या ज्या अधिकाऱ्यांच्या नावे पार्किंग राखून ठेवलेला होता, त्यांची नावं एकेक करून खोडून टाकली. त्यानं कामगारांना सांगितलं की, ‘आजपासून जो आधी येईल, त्याला पार्किंगची उत्तम जागा मिळेल.’

सहा महिन्यांच्या आत, कारखान्यातून आतापर्यंतच्या इतिहासातलं सगळ्यात जास्त उत्पादन होऊ लागलं. संस्थेच्या देशभरातील इतर कारखान्यांपेक्षा जास्त उत्पादनक्षम आणि फायदेशीर कारखाना म्हणून

आता तो कारखाना गणला जाऊ लागला. स्पष्ट, आनंददायी दृष्टिकोन असणारी एक प्रेरणादायी व्यक्ती सगळ्या स्तरांवर परिवर्तन घडवून आणू शकते मग बाकी काही बदलो अथवा न बदलो.

कृती कार्यक्रम

१. तुमच्या संस्थेतील कार्यालयीन वातावरणाचं अवलोकन करा. लहान-मोठ्या प्रत्येक व्यक्तीचा आदर करण्याचं मूल्य सतत तुमच्यात रुजवलं जात आहे का? कोणत्याही कर्मचाऱ्याचा कोणत्याही प्रकारचा अनादर संस्थेत खपवून घेतला जाणार नाही, हे तुमच्या स्टाफला, सहकाऱ्यांना आणि कनिष्ठांना स्पष्टपणे सांगा. संस्थेतील प्रत्येक व्यक्तीपर्यंत ही भूमिका पोहोचेल असं पाहा.

२. कर्मचाऱ्यांना त्यांच्या कामात रस वाटतोय का? त्यात आव्हानात्मक आणि आनंददायी वाटतंय का? हे त्यांना विचारून पाहा. कर्मचाऱ्यांचं काम नीरस कमी आणि जास्त आनंददायी कसं करता येईल, यासंदर्भात त्यांच्या कल्पना काय आहेत हे विचारा.

७

तीन आर

मागच्या प्रकरणात आपण पाहिले, प्रेरणेच्या चार घटकांसोबतच प्रेरणेशी संबंधित तीन आर प्रत्येक संस्थेत आणि व्यवसायात सापडतात. कर्मचाऱ्याच्या कामाच्या उत्साहावर आणि कामाच्या बांधिलकीवर या तीन आरचा मोठा प्रभाव असतो. प्रेरणेचे तीन आर म्हणजे रिवार्ड म्हणजे बक्षीस, रेकग्निशन म्हणजे मान्यता आणि रीइन्फोर्समेंट म्हणजे सबलीकरण.

रिवार्ड्स (बक्षिसं)

बक्षीस पद्धतीमुळे कामाला चालना मिळते आणि केलेल्या कामाचा योग्य मोबदला मिळाल्याची भावना कर्मचाऱ्यांमध्ये निर्माण होते, त्यामुळे बक्षीस हे कार्यक्षमतेवर आधारित असावं, विशेषतः अशा यशस्वी कामांवर ज्यामुळे संस्थेच्या उद्दिष्टपूर्तीमध्ये उत्पादकतेत आणि नफ्यात वाढ झाली असेल.

कार्यक्षमता सोडून इतर कोणत्याही कारणासाठी बक्षीस मिळू नये. कर्मचाऱ्याचं अधिकारपद, शिक्षण, त्याचे राजकीय संबंध या कशासाठीही बक्षीस नसावं.

बक्षीस पद्धती संस्थेला तेव्हाच उपयुक्त ठरते, जेव्हा ती कार्यक्षमतेशी जोडली जाते.

जोमानं वाढणाऱ्या संस्था उत्तम कार्यक्षमतेवर भर देतात. अशा संस्थांमध्ये तुम्हाला पुढं जायचं असेल, तर त्यासाठी एकच मार्ग असतो तो म्हणजे उत्तमरीत्या काम करणं, सहकाऱ्यांसोबत चांगलं नातं निर्माण करणं आणि कंपनीच्या समृद्धीसाठी हातभार लावणं.

काही संस्थांमध्ये यशाची किल्ली 'तुम्ही खेळ किती उत्तमरीतीनं खेळता' यावरून मिळते. तुम्ही दुसऱ्या लोकांना कुशलतेनं हाताळून, त्यांच्यावर प्रभाव टाकून स्वतःचा स्वार्थ कसा साधू शकता, अशा क्षमतांवर तुम्हाला पैसे आणि पदोन्नती मिळते. मात्र अशा संस्थांमध्ये कार्यक्षमतेला महत्त्व कमी असून, एकमेकांमधील राजकारणावरच भर दिलेला असतो.

अंतर्गत राजकारणावर भर असलेल्या संस्था मार्केटमध्ये वर्चस्व गाजवत असतात. त्यांच्यात अंतर्गत बदल झाले, तरी अशा उच्च स्थानी पोहोचल्यावर त्या बराच काळ फायद्यात राहू शकतात. राजकारणालाच महत्त्व देऊन कार्यक्षमतेला कमी लेखलं जातं; पण ज्या कंपनीत कार्यक्षमतेला महत्त्व दिलं जातं, त्यांच्या तुलनेत अशा छक्केपंजे खेळणाऱ्या संस्था हळूहळू मागं पडत जातात.

बक्षिसांचे दोन प्रकार

दोन प्रकारची बक्षिसं दिली जातात, एकतर प्रत्यक्ष आणि दुसरं अप्रत्यक्ष. केलेल्या कामाबद्दल मिळणारी जास्तीची रोख रक्कम, सुट्टी किंवा तत्सम काही भेटवस्तू म्हणजे प्रत्यक्ष बक्षीस होय.

कामाच्या यशाच्या मोबदल्यात किंवा दिलेल्या कामातील लक्ष्य पूर्ण केल्यामुळे तुमच्या कष्टांच्या प्रमाणात दिली जाणारी रोख रक्कम हा बक्षीस देण्याचा उत्तम मार्ग आहे. काही कंपन्या रोख रकमेऐवजी कायमची पगारवाढ देण्याची चूक करतात; पण त्यात धोका असतो

की, कायमस्वरूपी पगारवाढ मिळालेली व्यक्ती सतत चांगलं काम करत राहील, याची खात्री नसते. अशा वेळी चुकीच्या व्यक्तीवर पैसे खर्च होत राहतात. त्यापेक्षा कामाच्या प्रमाणात योग्य पैसे देणं प्रशस्त ठरतं.

अप्रत्यक्ष बक्षीस किंवा अमूर्त बक्षीस म्हणजे वार्षिक सोहळ्याच्या वेळी असाधारण कामगिरीसाठी दिली गेलेली एखादी ट्रॉफी किंवा मेडल, बक्षीस आणि प्रशस्तिपत्रक. याव्यतिरिक्त कंपनी तुम्हाला काही अतिरिक्त प्रशिक्षण देऊ करते, ज्यात कर्मचाऱ्यांचा आणि कंपनीचा दोघांचाही फायदा असतो किंवा तुम्हाला कामामधून काही वेळेसाठी सुट्टी दिली जाते; पण ती देताना कर्मचाऱ्याची कार्यक्षमता आणि उत्पादकता विचलित होणार नाही आणि कंपनीला तोटा होणार नाही, याची काळजी घेतलेली असते.

लोकांसमोर कौतुक करणं आणि प्रशंसा करणं ही बक्षीस देण्याची अतिशय चांगली पद्धत आहे, यामुळे मनोबल वाढतं, यातून प्रेरणा घेऊन माणूस दीर्घकाळपर्यंत चांगलं काम करण्याचा प्रयत्न करतो. हे 'भावनिक बक्षीस' आहे याची किंमत खूप कमी डॉलर असली तरी खूप फायदा देणारी आहे.

रेकग्निशन (मान्यता)

कर्मचारी जेव्हा चांगलं काम करतात, तेव्हा त्याला मान्यता देणं ही व्यवस्थापकाची जबाबदारी आहे. कार्यकालीन जगतात घेतलेल्या कष्टांची, उत्तमरीत्या पूर्ण केलेल्या कामाची कोणाला तरी जाणीव आहे, ही भावनाच सर्वांत मोठी प्रेरणा असते. याउलट, घाम गाळून, काबाडकष्ट करून केलेलं काम बॉसकडून दुर्लक्षिलं जातं, ही सगळ्यात मोठी निराशाजनक गोष्ट आहे.

एखाद्या व्यक्तीनं तिच्या कामाच्या कक्षेबाहेर जाऊन अनपेक्षित, गरजेपेक्षा जास्त आणि त्यापलीकडे जाऊन काम केलं (किंवा तसा चांगला प्रयत्न केला) तर व्यवस्थापकानं त्या व्यक्तीला खाजगीमध्ये आणि

सार्वजनिकरीत्या मान्यता द्यायला हवी, कौतुक करायला हवं. ज्या गोष्टीची वाखाणणी होते, त्या गोष्टीची पुनरावृत्ती होते, असा नियमच आहे.

रीइन्फोर्समेंट (पाठिंबा)

हे सगळ्यात जास्त प्रभावी, प्रेरणादायी तंत्र आहे. ज्या ज्या गोष्टीचं तुम्ही वारंवार कौतुक करता, त्यांना मान्यता देता आणि ज्या ज्या गोष्टींना पाठिंबा देता, त्या सगळ्या गोष्टी मग वारंवार, पुनःपुन्हा केल्या जातात. कर्मचारी जे करत आहेत ते तुमच्यासाठी किती कौतुकास्पद आहे, ते तुम्ही वारंवार सांगत राहिलात तर लोकांना खूप छान वाटतं आणि आपण कोणीतरी महत्त्वाचे आहोत आणि आपलं काम जगावेगळं आहे, असं त्यांना वाटत राहतं, त्यामुळे तुमचा पाठिंबा मिळावा म्हणून हे लोक चांगलं काम करण्याच्या नवनवीन संधी शोधत राहतात. तुम्ही कर्मचाऱ्यांच्या सकारात्मक वर्तणुकीचं, कामाचं कौतुक केलं नाही, जाण ठेवली नाहीत, त्यांची प्रशंसा केली नाहीत, तर कदाचित कर्मचारी कमी काम करण्याचा प्रयत्न करताना दिसतील.

बऱ्याच व्यवस्थापकांना चांगल्या कामाचा मोबदला पैशांमध्ये दिला म्हणजे बक्षीस दिलं असं वाटतं; पण सर्वसामान्य व्यक्ती याकडे अशा पद्धतीनं बघत नाहीत. रुळलेल्या वाटेपेक्षा वेगळा मार्ग चोखाळून जेव्हा कर्मचारी काम करतात, तेव्हा त्यांच्या कष्टांना मिळणारा पाठिंबा आणि चारचौघांमध्ये मिळणारं कौतुक हीच त्यांची सगळ्यात मोठी कमाई असते.

कर्मचाऱ्यांना अधिक प्रोत्साहन देणं

माझ्या एका ग्राहक कंपनीनं चार टप्प्यांमध्ये बक्षीस पद्धती राबवली आहे, ज्यामध्ये रोख रक्कम आणि पदोन्नती सोबतच वर्षाच्या शेवटी बोनस देण्याचाही समावेश आहे. मी पूर्वी म्हटल्याप्रमाणे, चांगल्या कामासाठी बोनस देणं हा पैशांच्या रूपातील बक्षीस देण्याचा उत्तम मार्ग आहे. या

कंपनीमध्ये कार्यक्षमतेचे चार टप्पे असे आहेत : साधारण कामगिरी, उत्कृष्ट कामगिरी, वाहवा आणि दुप्पट वाहवा कामगिरी.

'साधारण कामगिरी'चा अर्थ, वर्षाच्या शेवटी त्या माणसाची नोकरी धोक्यात येऊ शकते. 'उत्कृष्ट कामगिरी' म्हणजे तुम्ही अजून नोकरीमध्ये टिकून आहात आणि प्रमोशनसाठी तुमच्या नावाचा विचार होऊ शकतो.

जेव्हा एखादा कर्मचारी त्याच्या नेमून दिलेल्या कामाच्या पलीकडे जाऊन काही एक गोष्ट साध्य करून दाखवतो आणि काही विशेष कामगिरी बजावतो, तेव्हा तो कार्यक्षमतेच्या तिसऱ्या पायरीवर पोहोचतो ती कामगिरी म्हणजेच 'वाहवा!'

कार्यक्षमतेची अत्युच्च पातळी म्हणजे 'दुप्पट वाहवा' मिळवणं. ही कंपनी व्यावसायिक संस्था असल्यामुळे, उत्तम कामगिरी करणाऱ्या माणसांमुळे संस्थेच्या सर्वच स्तरांपर्यंत त्या कामगिरीचा प्रभाव जाणवतो. जेव्हा माणूस आपल्या अपेक्षांच्या बाहेर एखादी नेत्रदीपक कामगिरी बजावतो, तेव्हा त्याला 'दुप्पट वाहवा' कामगिरीनं गौरवलं जातं.

उत्कृष्ट कामगिरी करणाऱ्यांना वर्षाच्या शेवटी त्यांच्या वार्षिक पगाराच्या १० ते २० टक्के रक्कम बोनस म्हणून मिळते. वाहवा कामगिरी करणाऱ्यांना पगाराच्या जवळ जवळ ५० टक्के रक्कम बोनस म्हणून मिळते. दुप्पट वाहवा कामगिरी करणाऱ्यांना त्यांच्या वार्षिक पगाराच्या ५० ते १०० टक्क्यांपर्यंत रोख रक्कम बोनस म्हणून दिली जाते.

अशा प्रकारे, सर्वमान्यता आणि बक्षीस या दोनच गोष्टी देऊ करून कंपनीनं त्यांच्या कर्मचाऱ्यांना असाधारण कामगिरी करण्यासाठी नेहमी प्रोत्साहित आणि प्रेरित केलं आहे, त्यामुळे या कंपनीनं उद्योगक्षेत्रातील वेगानं विकास करणारी आणि खूप नफा कमवणारी एक कंपनी म्हणून लौकिक मिळवला आहे.

संस्थेमधील लोकांची एकूण कार्यक्षमतेचा स्तर ठरवण्यासाठी या तीन आरचा उपयोग होतो. कायम लक्षात ठेवा, व्यवस्थापक आणि

संस्था जितकं कौतुक, बक्षीस देतात त्याहून कित्येक पटीनं यश त्यांना कामाच्या स्वरूपात मिळतं. तुम्ही कोणत्या प्रकारच्या कामाला, वर्तणुकीला बक्षीस, पाठिंबा आणि मान्यता देत आहात, त्यानुसार माणसं घडत जातात. तुम्ही ही पद्धत वापरून कर्मचाऱ्यांच्या वर्तनाला आणि कामगिरीला चांगली दिशा देऊन ती अजून चांगली बनवू शकता.

कृती कार्यक्रम

१. कर्मचाऱ्यांकडून तुम्हाला ज्या पद्धतीनं कामाची अपेक्षा आहे आणि त्यांची वर्तणूक काय असावी, असं तुम्हाला वाटतं, ते साध्य करण्यासाठी वर उल्लेख केलेल्या बक्षीस, मान्यता आणि पाठिंबा या (तीन आर)चा उपयोग करा. प्रत्येक दिवशी यातील एखादी तरी गोष्ट करायचा प्रयत्न करा.

२. तुमच्या स्टाफला विचारा, उत्तम कामगिरीसाठी त्यांना एकेकाला स्वतंत्र किंवा एकत्र ग्रुपमध्ये कशा प्रकारे दिलेलं बक्षीस त्यांना अधिक आवडेल? प्रत्येक व्यक्तीकडून काम उत्तम पद्धतीनं करवून घेण्यासाठी तुम्ही काय करणं गरजेचं आहे हे तेच तुम्हाला सांगतील.

८

व्यवस्थापनाची रचना मूल्याधारित करा

प्रत्येक मनुष्य हा अंतरंगातून बाहेरच्या दिशेनं जगण्याचा प्रवास करत असतो. तुमच्या अस्तित्वाचा गाभा म्हणजे तुमची जीवनमूल्यं आणि स्व-विश्वास. याच दोन गोष्टींच्या अक्षाभोवती आयुष्याचं चक्र फिरत असतं. कोणती मूल्यं तुम्ही जपता यावर तुमचं व्यक्तिमत्त्व आणि स्वभाव ठरतो. तुम्ही कशाला पाठिंबा देता आणि कशाला देत नाही हेसुद्धा त्यावरच ठरतं. नावाजलेल्या व्यक्तींचं एक वैशिष्ट्य असतं, ते म्हणजे या व्यक्ती आपल्या मूल्यांच्या बाबतीत खूप स्पष्ट असतात आणि कोणत्याही परिस्थितीत ते आपल्या मूल्यांशी तडजोड करत नाहीत.

जेव्हा तुमच्या अंतरंगातील मूल्य ही बाहेरच्या जगाशी सुसंगत असतात, तेव्हा तुम्ही खरोखर सुखी असता. ज्या मूल्यांना तुम्ही महत्त्व देता, त्याच्याशी तादात्म्य साधणारं तुमचं वागणं असेल तर तुम्ही जे काम कराल ते उत्तमच होईल, याची खात्री बाळगा. जिथं तुमचा विश्वास आणि तुमचं वागणं याच्यात विसंगती येते, तिथं ताणतणाव निर्माण व्हायला सुरुवात होते. उत्तम कंपनीला माहीत असतं, जोपर्यंत माणसांची मूल्यं आणि कंपनीची मूल्यं एकमेकांशी जुळत नाहीत, तोपर्यंत माणसं प्रेरित होणारच नाहीत.

व्यक्तिमत्त्वाची रचना

तुमचं व्यक्तिमत्त्व एकाच केंद्राभोवती एकवटलेल्या अनेक वर्तुळांनी तयार झालं आहे, अशी कल्पना करा. या वर्तुळाचा गाभा म्हणजे तुमची मूल्यं आहेत. या मूल्यांवर तुमचं पुढचं वर्तुळ ठरतं म्हणजेच तुमच्या स्वतःबद्दलच्या आणि वास्तव जगाबद्दलच्या कल्पना या तुमच्या मूल्यांवर आधारित असतात. या समजुतींच्या चष्म्यामधून तुम्ही तुमचं जग पाहत असता, मग ते साधार असो वा निराधार, स्व-मर्यादित असो वा अमर्याद.

सोपं करून सांगायचं, जग जसं आहे, तसं तुम्हाला दिसत नाही. तुम्ही स्वतःप्रमाणे जगाकडे पाहता. हार्वर्ड विद्यापीठातील विल्यम जेम्स यांनी म्हटलं आहे, 'वास्तवाची निर्मिती समजुतींमधूनच होते.'

तिसरं वर्तुळ म्हणजे व्यक्तिमत्त्वाची तिसरी पातळी जी तुमच्या अपेक्षांची असते. ज्याप्रमाणे तुमच्या मूल्यांवरून समजुती ठरतात, त्याचप्रमाणे समजुतींवरून तुमच्या स्वतःबद्दलच्या, इतरांबद्दलच्या आणि सभोवतालच्या जगाबद्दलच्या अपेक्षा निश्चित होतात. याच अपेक्षांची परिणती स्व-समाधानाच्या भाकितांमध्ये होते. तुमच्या अमर्याद अपेक्षांचा परिणाम तुमच्या आजूबाजूच्या सगळ्यांच्या वर्तनावर विशेषतः तुमची मुलं, जोडीदार आणि तुमचे कर्मचारी यांच्या वर्तनावर होत असतो. तुमच्या स्वतःकडून असलेल्या अपेक्षा मग त्या सकारात्मक असो वा नकारात्मक या तुमची वर्तणूक आणि कार्यक्षमता बव्हंशी निश्चित करतात.

तुमची वृत्तीच तुमचं व्यक्तिमत्त्व निश्चित करते

तुमची मूल्यं, तुमचा विश्वास आणि अपेक्षा यांचा परिपाक म्हणजे तुमची *वृत्ती* आणि तुमचा जगाकडे पाहायचा दृष्टिकोनही या प्रवृत्तीवर ठरतो. तुमची मूल्यं योग्य असतील, सकारात्मक श्रद्धा असतील आणि योग्य अपेक्षा असतील तर तुमची स्वतःकडे पाहायची वृत्ती आणि जगाकडे पाहायचा दृष्टिकोन आशादायक, आनंदी असेल.

सर्वांत बाहेरचं पाचव समकेंद्री वर्तुळ म्हणजे तुमचं वर्तन. तुमची मूल्य, समजुती, स्वतःकडून आणि जगाकडून तुमच्या असलेल्या अपेक्षा आणि तुमची वृत्ती यांच्या मिश्रणातून तुमचं वर्तन निश्चित होतं.

कृतीतून सारं काही

माणूस आतून नक्की कसा आहे हे त्याच्या बोलण्यामधून, हेतूमधून, त्याच्या आशांमधून-इच्छांमधून कधीच समजत नाही. माणसाच्या कृतीमधून तो आतून कसा आहे हे समजतं. विशेषतःजेव्हा परस्पर विरोधी मूल्यांमधून एकाची निवड करण्यासाठी त्याच्यावर दबाव आणला जातो, त्या वेळी तणावाखाली माणूस काय कृती करतो, यावर त्याचा स्वभाव कसा असेल आणि त्याचं अंतरंग कसं असेल हे कळून येतं.

मूल्यांवर इतकी सविस्तर चर्चा करणं का महत्त्वाचं आहे? कारण, मूल्यं तुमच्या गुणसूत्राचा म्हणजे तुमच्या डीएनएचाच एक अंश असतात. या मूल्यांची तुमच्या अंतर्मनात जडणघडण होते. तुमची वृत्ती आणि वर्तन मूल्याधारित असतात आणि मूल्यं क्वचितच बदलतात.

जगातल्या सर्वोत्तम कंपन्या आणि सर्वोत्तम व्यवस्थापक हे मूल्याधिष्ठित व्यवस्थापनाचा अवलंब करतात. ते आपल्या मूल्यांबाबत अतिशय आग्रही असतात आणि ही मूल्यं आपल्या व्यवसायातील माणसांच्या वर्तनामधून आणि कृतीमधून कशा प्रकारे व्यक्त व्हावीत, याबद्दल त्यांच्यात स्पष्टता असते. कर्मचाऱ्याची कंपनीमध्ये नोकरीसाठी नेमणूक करताना, त्याची क्षमता आणि कार्यकुशलता तपासताना ती व्यक्ती त्याच्या स्वमूल्यांवर किती ठाम आहे, हेसुद्धा बारकाईनं तपासलं जातं.

ज्या स्वमूल्यांची जोपासना लोक वैयक्तिक स्तरावर करतात, त्याच मूल्यांना पायाभूत मानणाऱ्या संस्थेत काम करताना ते अतिशय आनंदी असतात. मूल्य म्हणजे सर्वस्व आहे.

एक कंपनी माझी ग्राहक आहे. त्या कंपनीची सुरुवात एका छोट्याशा कल्पनेपासून झाली आणि अल्पावधीतच या कंपनीनं राष्ट्रीय

स्तरावर आपलं ठसा उमटवला. ही कंपनी सुरू करताना त्यातील सर्व वरिष्ठ लोकांनी मिळून, आपापसात चर्चा करून पाच मूल्यं ठरवली. याच पाच मूल्यांच्या निकषावर स्वतःची आणि कंपनीमध्ये काम करणाऱ्या प्रत्येकाची वर्तणूक ठरेल, असं त्यांनी एकमुखानं ठरवलं.

आता ही पाच मूल्यं त्यांच्या सर्व प्रकारच्या व्यवसायात नेमकी आणि वैयक्तिक कामांमध्येही कशा प्रकारे पाळली जावीत, हे त्यांनी ठरवलं. तेव्हापासून आजतागायत कोणताही निर्णय घेताना हे वरिष्ठ व्यवस्थापक त्यांच्या पाच मूल्यांची यादी काढतात. आपल्या निर्णयामध्ये या मूल्यांचा समावेश आहे ना हे पाहतात. घेतलेले निर्णय आणि ही मार्गदर्शक मूल्यं यांचा मेळ एकमेकांशी आहे ना हे काटेकोरपणे पाहिलं जातं.

मी या कंपनीसाठी काम केलं आणि त्यांच्या वार्षिक सभेला उपस्थित राहिलो, तेव्हा कंपनीमध्ये काम करणारी शेकडो माणसं खरोखर किती सकारात्मक, आत्मविश्वासपूर्ण आणि मनमोकळी असू शकतात, हे पाहून मी चकित झालो. हे सगळेच्या सगळे कर्मचारी आनंदी होते, उत्साही होते आणि मुख्य म्हणजे व्यवसायाच्या यशस्वितेसाठी कटिबद्ध होते.

फॉर्च्युन ५००

केन ब्लैंचर्ड आणि नॉर्मन विन्सेंट पील यांनी त्यांच्या द *पॉवर ऑफ एथिकल मॅनेजमेंट* या पुस्तकामध्ये फॉर्च्युन ५०० अशी संकल्पना मांडली आहे. ही संकल्पना खोलात जाऊन तपासताना त्यांना प्रत्येक उद्योगक्षेत्रातील २० टक्के कंपन्या सर्वांत जास्त नफा मिळवतात (नफ्याचं प्रमाण सरासरीपेक्षा दहा ते वीस टक्के जास्तही असू शकतं) असं दिसून आलं. या कंपन्यांचा अभ्यास केला असता, स्पष्ट लेखी उद्धृत केलेली, सर्वांना व्यवस्थित माहीत असणारी आणि सर्वांच्या कार्यालयीन आयुष्यात भिनलेली कंपनीची मूल्यं हेच त्यांच्या यशाचं खरं कारण आहे हे लक्षात आलं.

एकाच उद्योग क्षेत्रातील इतर कंपन्यासुद्धा मूल्यांवर आधारित व्यवस्थापन जोपासल्याचा दावा करतात. कदाचित, त्यांची मूल्यं लिखित स्वरूपात नसावीत किंवा कंपनीमधील मोजक्याच व्यक्तींना ती माहिती असावीत. कंपनीमधील आणि कंपनी बाहेरील लोकांशी वागताना या मूल्यांचा कसा उपयोग करावा, याचं मार्गदर्शन त्यांना कसं मिळणार?

अर्थ आणि उद्देश यांमुळे फरक पडतो

आपल्या आयुष्याला आणि दैनंदिन कामकाजाला अर्थ आणि एक उद्देश असावा, ही माणसाची सखोल आणि व्यक्तिमत्त्वाच्या गाभ्यातून आलेली गरज असते. आपण जे करतो आहोत, ते सगळं कशासाठी आणि का करत आहोत, या प्रश्नाचं उत्तर म्हणजे अर्थ आणि उद्देश. नवीन कर्मचाऱ्याची मुलाखत घेताना कंपनीतील त्याच्या कामाचा अर्थ आणि इतरांसाठी त्या कामाचं असलेलं महत्त्व या दोन्ही गोष्टी त्याच्या मनावर बिंबवा. तुमच्या उत्पादनांनी ग्राहकांच्या आयुष्यात आणि कामात काय बदल घडला? तुमच्या उत्पादनांमुळे इतरांचं आयुष्य कसं बदललं आणि अधिक सुसह्य कसं झालं? हे नवीन कर्मचाऱ्याला सांगा.

व्यक्तीच्या मूल्यप्रणालीमधूनच अर्थ आणि उद्दिष्टं निर्माण होतात म्हणूनच व्यवस्थापक या नात्यानं, तुमच्या संस्थेची आणि वैयक्तिकरीत्या जोपासलेली तुमची स्वतःची मूल्यं वारंवार सांगत राहणं तुमच्यासाठी महत्त्वाचं आहे. गुणवत्ता, सचोटी, मित्रता, सेवा यांसारखी मूल्यं, व्यक्तीप्रती आदरभाव, स्व-विकास आणि स्व-गौरव आणि सामाजिक जबाबदारी हे लोकांना उत्तेजित, प्रोत्साहित आणि प्रेरित करणारे घटक आहेत.

लोक जे काही करत आहेत त्यानं उच्च ध्येय साध्य होत आहे, त्यांच्या कामाच्या गुणवत्तेमुळे इतर लोकांच्या आयुष्यात सुधारणा होत आहे, अशी भावना लोकांच्या मनात निर्माण झाली म्हणजे ते सर्वोत्तम काम करण्यासाठी ते प्रेरित होतात.

कृती कार्यक्रम

१. तुमचा व्यवसाय आणि निर्णय ज्यांच्या आधारावर उभ्या असणाऱ्या तीन ते पाच मूल्यांची यादी करा. ही मूल्यं काय आहेत हे इतरांनाही सांगा आणि त्यांना व्यवस्थित कळल्याची खात्री करून घ्या.

२. तुमच्या दृष्टीनं तुमच्या कामाचा अर्थ आणि त्याचं उद्दिष्ट अशा अनुषंगानं तुमचं काम ठरवा. ग्राहकांच्या आयुष्यात तुमच्या उत्पादनांनी आणि सेवांनी काय फरक पडला ते निश्चित ठरवा. मुळात, तुम्ही याच कारणामुळे या व्यवसायात उतरलेले आहात.

९

उद्दिष्टांच्या माध्यमातून व्यवस्थापन राबवा

उद्दिष्टांच्या माध्यमातून व्यवस्थापन राबवणं हे कार्यकालीन जगतात सर्वांत शक्तिशाली आणि सतत प्रेरणा देणारं आहे. *मॅनेजिंग फॉर रिझल्ट्स* या पुस्तकामध्ये पीटर ड्रकर यांनी ही पद्धत प्रथम विशद केली. या तंत्राचा वापर कसा केला जातो ते पाहू. एखाद्या सक्षम, कार्ययोग्य व्यक्तीवर एक प्रकल्प सोपवला जातो. ठरलेल्या वेळेत, दिलेल्या बजेटमध्ये ते काम कशा पद्धतीनं पूर्ण करायचं हे त्या व्यक्तीला ठरवायची मुभा दिली जाते.

उद्दिष्टांच्या माध्यमातून व्यवस्थापनाचा अवलंब करण्यासाठी चार पर्याय आहेत :

१. *नेमकं कोणतं ध्येय आणि उद्दिष्ट साध्य करायचं आहे हे स्पष्ट असू द्या.* या टप्प्यामध्ये तुम्ही तुमच्या ध्येयाच्या बाबतीत स्पष्ट असणं गरजेचं आहे; परंतु ते साध्य करण्याच्या बाबतीत मात्र थोडं लवचीक असायला हवं. या पद्धतीच्या व्यवस्थापनात लोकांचा पूर्ण सहभाग आवश्यक असतो, तसंच ठरवलेल्या

कामाबद्दल तुमच्यामध्ये आणि कर्मचाऱ्यांमध्ये पूर्ण एकवाक्यता असणंही गरजेचं असतं.

२. *ठरवलेलं ध्येय साध्य करण्यासाठी किंवा काम कसं पूर्ण होईल याकरिता कोणते वेगवेगळे मार्ग अवलंबता येतील, याबद्दल प्रत्येकाशी चर्चा करा.* तुमचा आजवरच्या अनुभवानुसार काम पूर्णत्वास नेण्यासाठी उत्तम प्रक्रिया काय असेल, याबद्दलच्या तुमच्या कल्पना, सूचना, तुमचं मत तुम्ही सगळ्यांसमोर जरूर मांडा. तुमचा सल्ला दिलेलं काम साध्य करण्यासाठी उत्तम मार्ग ठरू शकेल.

३. *कामाच्या पूर्ततेचे निकष आणि मापदंड काय असतील, हे आधीच ठरवा.* काम दिलेल्या वेळेत आणि बजेटमध्ये पूर्ण केलं तरी त्याचे सगळे निकष पूर्ण केले आहेत का आणि ते निकष काय आहेत, याची कल्पना कर्मचाऱ्याला देणं आवश्यक आहे. यामुळे कामाची गुणवत्ता राखली जाईल.

४. *केलेल्या कामाचं एक नियमित वेळापत्रक बनवा, ज्यानुसार कामाची प्रगती आणि त्यावरचे अभिप्राय तुम्हाला नियमित कळतील.* उद्दिष्टांच्याद्वारे व्यवस्थापन राबवणं तेव्हाच शक्य होतं. जेव्हा प्रकल्पावर काम करणारे कर्मचारी स्वतःचं काम थोड्याशा देखरेखीखाली किंवा कोणाच्याही देखरेखीशिवाय पूर्ण करण्यासाठी सक्षम असतील. असे कार्यक्षम कर्मचारी असताना तुम्ही तुमचं उद्दिष्ट गाठण्यासाठी आवश्यक असलेल्या तुमच्या कामाची १०० टक्के जबाबदारी त्यांच्यावर सोपवू शकता.

त्यांना स्वायत्तता आणि स्वातंत्र्य द्या

स्वायत्तता आणि स्वातंत्र्य या कार्यजगतातल्या प्रमुख प्रेरणा असू शकतात. या दोन्ही गोष्टी हातात हात घालूनच येतात. माणसांनी व्यक्ती म्हणून

वेगळी ओळख निर्माण करणं, त्यांच्या महत्त्वाच्या कामासाठी फक्त तेच जबाबदार असणं आणि संघाच्या कामासोबतच वैयक्तिक कार्यक्षमतासुद्धा लक्षात घेतली जाणं अत्यंत आवश्यक असतं. त्याचबरोबर, लोकांना काम स्वतःच्या पद्धतीनं, स्वतः ठरवलेल्या वेळापत्रकानुसार करण्याचं स्वातंत्र्य हवं असतं.

स्वातंत्र्य आणि जबाबदारीसुद्धा एकमेकांच्या बरोबरीनंच येतात. लोकांना नेमून दिलेलं काम करण्यासाठी तुम्ही जितकं स्वातंत्र्य द्याल, तितकं ते काम ठरल्या वेळी आणि ठरल्या बजेटमध्ये व्हायला हवं, याची जबाबदारी त्यांच्यावर येते.

जेव्हा कर्मचारी विशिष्ट काम करण्यासाठी आपण सक्षम आणि योग्य आहोत, असं सिद्ध करतात आणि स्वतःच्या कामाची पूर्ण जबाबदारी घ्यायला तयार असतात, तेव्हा तुम्ही त्यांना संपूर्ण स्वातंत्र्य देऊ शकता. तुम्ही अक्षरशः त्यांना काम करायला मोकळं सोडू शकता; पण मध्ये मध्ये त्यांच्या कामाची प्रगती तपासत राहिलं पाहिजे.

उद्दिष्टांच्या माध्यमातून व्यवस्थापन अमलात आणण्यानं एखाद्या सक्षम अधिकाऱ्याचा वेळ वाचू शकतो. तुम्हाला रिपोर्ट करणारी अशी माणसं शोधली जी तुमच्या सहभागाशिवाय आपापलं काम जबाबदारीनं योग्य वेळेत पूर्ण करू शकतात आणि ते काम करताना तुम्ही त्यात वैयक्तिक लक्ष नाही घातलं तरी चालतं, अशा लोकांमुळे तुम्हाला तुमच्या कामावर लक्ष केंद्रित करण्यासाठी जास्तीत जास्त स्वातंत्र्य मिळू शकतं. उद्दिष्टांच्या माध्यमातून व्यवस्थापन पद्धत हा तुम्हाला रिपोर्ट करणाऱ्या लोकांमधील आत्मनिर्भरता वाढवण्याचा उत्तम मार्ग आहे. स्वाभिमान आणि आत्मविश्वास वाढवण्याच्या उत्तम मार्गांपैकी हा एक मार्ग आहे. एखादं महत्त्वाचं काम त्यांच्या पद्धतीनं पूर्ण करण्याचं स्वातंत्र्य लोकांना दिलं की, ते फक्त अधिक सर्जनशील आणि प्रेरित होत नाहीत तर त्यांचा आत्मविश्वास वाढतो. दिलेलं काम पूर्ण झाल्यावर त्यांना जिंकल्याचा आनंद मिळतो.

काम काढून घेऊ नका

अनेक कामं तडीस नेऊन ती पूर्ण करण्याची तुमची क्षमता दाखवून दिल्यामुळेच आज तुम्ही व्यवस्थापक आहात आणि तुमच्या हाताखाली काम करण्यासाठी माणसं आहेत. पूर्वी जे काम तुम्ही स्वतः करत होतात ते आता तुम्हाला हाताखालच्या माणसांकडून करवून घ्यावं लागतं.

एखादं काम करण्याची पात्रता तुम्ही सिद्ध केली म्हणजे त्याच कामात तुम्ही गुंतून राहता, अगदी ते काम तुम्ही दुसऱ्या कोणावर तरी सोपवलं तरी. ही गोष्ट व्यवस्थापकांचा कमकुवतपणा बनल्यामुळे ते पदोन्नती झाल्यावरसुद्धा, बऱ्याचदा त्यांची जुनी कामंच करताना दिसून येतात. वास्तविक, प्रमोशन झाल्यानंतर त्यांनी ही कामं दुसऱ्यांकडून करवून घेणं अपेक्षित असतं, जेणेकरून नवीन पदाच्या विशेष जबाबदाऱ्या पेलण्यासाठी त्यांना वेळ मिळेल.

एखाद्या व्यक्तीला जे काम तुम्ही दिलेलं आहे त्या कामात ढवळाढवळ करून तुमच्या नकळत का होईना; पण तुम्ही ते काम त्या 'व्यक्तीकडून काढून घेत असता.' तुम्ही त्या कामाबद्दल सतत नवनवीन सल्ले देत राहिलात किंवा थेट आज्ञा देत राहिलात की कर्मचाऱ्यानं आधी ठरल्याप्रमाणे न करता दुसऱ्याच पद्धतीनं करावं. तुमच्या अनुभवी सल्ल्याच्या अंमलबजावणीमध्ये काही अडचण आली, तर ती व्यक्ती स्वतः काम पुढं नेणारच नाही, तुमच्या पुढच्या सूचनांची किंवा निर्णयाची वाट पाहत काम तसंच अर्धवट टाकून बसून राहील आणि मागची काम करण्यामध्ये तुमचाही वेळ निष्कारण वाया जात राहील.

माझ्याकडे अशा परिस्थितीवर एक सोपा उपाय आहे. कामाविषयी शंका घेऊन कर्मचारी माझ्याकडे आले म्हणजे मी त्यांना विचारतो की, आपण काय केलं पाहिजे असं तुम्हाला वाटतं? समस्येचा किंवा अडथळ्याचा नीट विचार करून सोडवण्यासाठी काय करता येईल, याबद्दलचे काही मार्ग मी त्यांना शोधायला लावतो. अडचणींवर मात करण्यासाठी किंवा सोडवण्यासाठी काही सल्ले किंवा कल्पना घेऊन

कर्मचारी हटकून येतात. त्या वेळी मी नेहमी म्हणतो, 'ही कल्पना उत्तम आहे.'

मग मी त्यांना दिलेल्या कामात आलेल्या समस्या नवीन कल्पनांच्या आधारे सोडवायला सांगतो किंवा मी एखादं मत मांडतो किंवा ते त्यांच्या स्वतःच्या कल्पना अधिक परिणामकतेनं कशा रीतीनं अमलात आणू शकतात, याबद्दल सल्ला देतो; पण जाणीवपूर्वक त्यांच्या कामात हस्तक्षेप टाळून त्यांना सोपवलेलं त्यांचं काम पूर्ण जबाबदारीनिशी पूर्ण करायला सांगतो.

जितक्या लवकर व्यक्ती त्याच्या विशिष्ट क्षेत्रातल्या क्षमता सिद्ध करतो, त्या क्षणापासून तुम्ही उद्दिष्टांच्या माध्यमातून व्यवस्थापन अमलात आणायला सुरुवात केली पाहिजे. हाताखालच्या सर्व स्तरातल्या लोकांमध्ये निर्णय क्षमता आणि कृतिशीलता विकसित करणं हे तुमचं ध्येय असलं पाहिजे. तसं झालं तरच तुम्ही जास्त जबाबदारीची आणि अधिक महत्त्वाची कामं करण्यासाठी वेळ काढू शकाल. उद्दिष्ट समोर ठेवून व्यवस्थापनाची आखणी केल्यामुळे दुसऱ्या लोकांबरोबर तुमच्या स्वतःच्या कार्यक्षमतेमध्ये आणि उत्पादनक्षमतेमध्ये लक्षणीय वाढ होते. कामांमध्ये आव्हानं आणि आनंद निर्माण करून तुम्ही तुमच्या टीमच्या लोकांना प्रेरित करून त्यांना दिलेल्या कामाची पूर्ण जबाबदारी घेण्याची सवयही तुम्ही लावता.

कृती कार्यक्रम

१. तुमचा सर्वाधिक वेळ खाणारी कामं कोणती आहेत ते शोधून, ती तुमची कोणाला देऊ शकता याचा विचार करा. अशा प्रकारे त्यांचा आत्मविश्वास आणि कार्यक्षमता वाढवल्यानं तुम्हाला स्वतःसाठी अधिक वेळ मिळेल.

२. या प्रकरणात विशद केल्याप्रमाणे कामाचा एक तक्ता तयार करा. जेव्हा एखाद्या व्यक्तीला तुम्ही पूर्ण काम सोपवाल, तेव्हा या तक्त्याचा

उपयोग करा. उद्दिष्टांच्या माध्यमातून व्यवस्थापन राबवण्यात तुम्ही एकदा तरबेज झालात म्हणजे तुम्ही इतरांना स्वायत्तता द्याल आणि तुम्हालासुद्धा तुमच्या स्वतःसाठी अधिक मोकळेपणा मिळेल.

१०

व्यवस्थापनात अपवादाचा वापर

कर्मचाऱ्यांनी त्यांच्या एकूण कार्यक्षमतेच्या ५० टक्के क्षमता स्वतःमध्ये बंद करून ठेवलेली असते. ती ५० टक्के क्षमता बाहेर काढणं हे व्यवस्थापकांचं ध्येय असतं. हे ध्येय साध्य करायचं असेल, तर तुम्हाला त्यांना सतत उत्तम प्रतीचं काम स्वेच्छेनं करण्यासाठी प्रेरित केलं पाहिजे. लक्षात ठेवा, तुम्ही कोणालाही बाहेरून प्रेरणा देऊ शकत नाही. तुम्ही फक्त चांगल्या प्रतीचं, उत्तम काम करण्यासाठी आतून प्रेरणा मिळेल, असं वातावरण तुमच्या कर्मचाऱ्यांच्या भोवती निर्माण करू शकता.

अपवादाचा व्यवस्थापनात वापर (MBE) हे एक जबरदस्त व्यवस्थापकीय साधन आहे, याचा वापर करण्याची एकही संधी तुम्ही सोडता कामा नये. या साधनामुळे लोक काम करण्यासाठी प्रेरित होतात. कारण, हे साधन लोकांचा आत्मविश्वास आणि क्षमता वाढवण्यास मदत करते. वापरता येणारी ही एक बलशाली प्रेरणा आहे, या पद्धतीमुळे तुम्ही अधिक काम करण्यास सक्षम होता, तुमची वैयक्तिक कौशल्यं दुप्पटीनं वृद्धिंगत होऊन तुमच्या हाताखालील लोकही तुमच्यासारखेच तयार होतात.

त्यांना काम करू द्या

अपवादाचा व्यवस्थापनात वापर याचा उपयोग तुम्ही एखादं काम दुसऱ्या व्यक्तीकडे पूर्णतः आणि नेमकं काय करायचं आहे, याची स्पष्टता देऊन सोपवताना होतो. त्या कामातून नक्की काय साध्य करायचं आहे, काम पूर्ण किती वेळात करायचं आहे, कशा प्रकारे करायचं आहे आणि त्याच्या गुणवत्तेचे निकष काय असतील, या मुद्द्यांवर तुम्ही आणि ती व्यक्ती चर्चा करून काही निष्कर्ष काढता. गरज वाटल्यास कामातील प्रगती नियमितपणे कळण्यासाठी तुम्ही आधीचं वेळापत्रक बनवू शकता. मग तुम्ही त्या व्यक्तीला त्याच्या पद्धतीनं काम करण्याची मुभा देता फक्त ठरवलेल्या निकषांवर काम झालं नाही किंवा काही अनपेक्षित अडचणी आल्या तरच तुम्ही त्यात लक्ष घालता.

ठरलेल्या प्लॅननुसार काम होत नसेल, तरच स्टाफचा सदस्य तुम्हाला सांगायला येतो. जोपर्यंत काम सुरळीतपणे आणि वेळेत चाललं आहे, तोपर्यंत रिपोर्ट करण्याची आवश्यकता नसते. तुम्हाला त्यानं कामाबद्दल काहीच नाही तर तर सगळं व्यवस्थित आणि वेळेत चाललं आहे, असं तुम्ही गृहीत धरू शकता.

उदाहरणार्थ, तुम्ही एका आठवड्यात १००० युनिटच्या विक्रीचं लक्ष्य टीमसमोर ठेवलं आहे, तर त्या प्रकल्पासाठी संबंधित जबाबदार व्यक्तीनं जर विक्रीचा आकडा आठवड्याला १००० युनिट्सपेक्षा खाली आला तरच तुमच्याकडे येणं अपेक्षित आहे. त्याव्यतिरिक्त कोणत्याही गोष्टीसाठी स्टाफला तुम्हाला रिपोर्ट करण्याची गरज नाही. त्याला ते काम स्वतःच्या मार्गानं पूर्ण करण्याची मुभा आणि स्वातंत्र्य असावं.

उद्देशावर आधारित व्यवस्थापन, अपवादाचा व्यवस्थापनात वापर तुमचा खूप वेळ वाचवतो. तुम्हाला जेव्हा कामं वेळेत पूर्ण होत आहे का नाही, यासाठी सतत लक्ष द्यावं लागत नाही आणि सतत नियंत्रण ठेवावं लागत नाही तेव्हा तुम्ही त्या कामातून मुक्त होता. दुसरं काम करण्यासाठी तुमच्याकडे जास्तीचा वेळ राहील. जेव्हा तुमचे कर्मचारी

ते काम पूर्ण करतील, तेव्हा ते अभिमानानं सांगतील, 'मी स्वतः हे काम केलं आहे.'

कोणाच्याही निरीक्षणाशिवाय, कमीत कमी सूचना आणि मार्गदर्शन घेऊन, स्वतःच्या हिमतीवर काम पूर्ण केलं, ही भावना निर्माण झाल्यानं जिंकल्याची भावना कर्मचाऱ्यांच्या मनात यावी, अशी परिस्थिती निर्माण करणाऱ्या व्यक्तीस खरा कुशल व्यवस्थापक म्हणता येईल. परिणामी, कर्मचाऱ्यांना आनंदी आणि सकारात्मक वाटतं. ते अजून जास्त काम करण्यासाठी आणि अजून अधिक लक्ष्य पूर्ण करण्यासाठी प्रोत्साहित होता. कन्फ्युशिअसनं म्हटलं आहे, काम पूर्ण झाल्यावर लोकांना म्हणावंस वाटेल, 'हे काम आम्ही स्वतः पूर्ण केलं.' लोकांना असं वाटणं हीच उत्तम नेतृत्वाची निशाणी आहे. व्यवस्थापनातील सर्व प्रकारची उद्दिष्टं साध्य करून घेण्यासाठी या अपवादाचा व्यवस्थापनात वापर (MBE) या पद्धतीचा उपयोग करता येतो. अर्थात, कामासाठी योग्य ती पात्रता आणि क्षमता असणाऱ्या कर्मचाऱ्यांबरोबरच केला जातो, जसा या पद्धतीचा वापर उद्देशांवर आधारित व्यवस्थापनामध्ये होतो. कर्मचाऱ्यामध्ये कोणतंही काम सातत्यानं आणि चांगल्या तऱ्हेनं पूर्ण करण्याची योग्यता आहे असं दिसलं तरच तुम्ही या पद्धतीचा वापर करू शकता.

दोन मूलभूत गरजांची पूर्तता करा

कार्यकालीन जगतामध्ये सर्वोत्कृष्ट कामगिरी करण्यासाठी व्यक्तीच्या दोन मूलभूत गरजा असतात. पहिली म्हणजे 'स्वायत्ततेची गरज' म्हणजेच आदर मिळवण्यासाठी आणि वैयक्तिक कामगिरी दाखवण्यासाठी वेगळेपण दिसणं आवश्यक आहे. वैयक्तिक उद्दिष्टपूर्ती किंवा मी कोणी खास आहे ही भावना म्हणजेच स्वायत्ततेची गरज होय.

नोकरी करणाऱ्या प्रत्येक व्यक्तीची दुसरी गरज म्हणजे 'अवलंबनाची गरज.' व्यक्तीपेक्षा, स्वतःपेक्षा खूप मोठ्या आणि महत्त्वाच्या कामाचा

आपण एक भाग आहोत, हे लोकांना कळणं आवश्यक असतं. लोकांना संघाचा, टीमचा एक भाग व्हायचं असतं. याच भावनेला, मानसशास्त्रज्ञ अब्राहम मास्लो यांनी 'संलग्नतेची गरज' म्हटलं आहे. कामाच्या ठिकाणी असणाऱ्या लोकांच्या गटाचा एक भाग म्हणून आपल्याला स्वीकारलं जावं आणि मान्यता मिळावी, ही प्रत्येक कर्मचाऱ्याची मानसिक गरज असते.

चांगल्या संस्था आणि चांगले व्यवस्थापक असं वातावरण निर्माण करतात की, जिथं प्रत्येक कर्मचाऱ्याला आपण आपले काम करायला स्वतंत्र आहोत आणि सगळ्यांसाठी महत्त्वाचे आहोत, अशी त्यांच्यात जाणीव निर्माण करतात. त्याच वेळी, प्रत्येक कर्मचारी हा प्रचंड मोठ्या संस्थेचा किंवा मोठ्या संघाचा एक अविभाज्य भाग आहे, हेसुद्धा अधोरेखित करून व्यक्तीची संलग्नतेची गरज भागवतात. सर्वोत्तम संस्थांमध्ये अशा पद्धतीनं पारितोषिक योजना केलेली असते की, कामातील वैयक्तिक गुणवत्तेसाठी तर बक्षीस मिळतंच; पण सांघिक कामगिरीसाठीसुद्धा बक्षीस असतं.

अपवादाचा व्यवस्थापनात वापर आणि उद्देशांवर आधारित व्यवस्थापन या दोन पद्धतींचा वापर करून कर्मचाऱ्याची स्वायत्ततेची गरज पूर्ण झाली म्हणजे त्यातून त्याला उत्तम कामगिरी करण्यासाठी प्रेरणा मिळते.

कृती कार्यक्रम

१. तुमच्या कर्मचाऱ्यांवर अपवाद पद्धतीच्या व्यवस्थापनाचा उपयोग करण्याची प्रत्येक संधी शोधा. स्टाफला एखादं काम नेमून द्या आणि जोपर्यंत सगळं वेळापत्रकानुसार होतं आहे, तोपर्यंत त्यांनी तुम्हाला रिपोर्ट करण्याची आवश्यकता नाही असं सांगा.

२. कोणत्याही कारणास्तव नियोजित कामाचं वेळापत्रक बिघडलं, तर त्यांनी मदतीसाठी किंवा मार्गदर्शनासाठी तुमच्याकडे जरूर यावं, असं कर्मचाऱ्यांना आश्वासन द्या.

११

पॅरेटो तत्त्वाचा उपयोग करा

उत्तम कार्यासाठी लोकांना प्रेरित करताना तुमच्यावर बऱ्याच जबाबदाऱ्या असतात. लोकांना त्यांची महत्त्वाची कामं वेळेत सुरू करून वेळेत पूर्ण करण्यावर लक्ष केंद्रित करायला लावणं ही त्यापैकी एक महत्त्वाची जबाबदारी आहे. महत्त्वाची कामं व्यवस्थित पूर्ण करणं हा ऊर्जा, उत्साह आणि स्वाभिमान उंचावण्याचा मुख्य स्रोत आहे.

वॉरन बफे एकदा बिल गेट्स यांच्याकडे रात्रीच्या भोजनाला गेले. सिनियर बिल गेट्ससुद्धा तिथे हजर होते. वॉरन बफे ही जगातील तिसऱ्या क्रमांकाची श्रीमंत व्यक्ती तर बिल गेट्स ही जगातली एकमेव अतिश्रीमंत व्यक्ती. हमखास यश मिळवण्यासाठी आवश्यक असणाऱ्या घटकांवर ते चर्चा करत होते. उत्स्फूर्तपणे तिघांनीही फक्त आणि फक्त एकाग्रताच तुम्हाला व्यावसायिक यशाच्या शिखरावर पोहोचवू शकते, या मतावर शिक्कामोर्तब केलं.

बुद्धिमान माणसं महत्त्वाच्या प्रकल्पांवर काम करून तो प्रकल्प यशस्वीरीत्या पूर्ण करतात आणि अशी अनेक कामं एकामागून एक हातावेगळी करतात, तेव्हा ती माणसं कोणत्यातरी ध्येयानं प्रेरित झालेली असतात हे ठळकपणे दिसून येतं. लोक जेव्हा नकळतपणे दुय्यम प्रतीच्या

कामावर आपला वेळ खर्च करतात म्हणजे ज्या कामांमधून प्रेरणा घ्यावी, असं काहीच नसतं, तेव्हा त्यांना पुढच्या कामासाठी प्रेरणा तर मिळत नाहीच; पण खचून जायला होतं. ते काम त्यांनी पूर्ण केलं तरी त्या मोबदल्यात त्यांना काहीच मिळत नाही.

८०/२०चा नियम

इटालियन अर्थशास्त्रज्ञ विल्फ्रेडो पॅरेटो यांनी १८९५ साली पॅरेटो नियमाचा शोध लावला. या नियमाला ८०/२०चा नियम म्हणूनही ओळखलं जातं. वर्षानुवर्षांच्या संशोधनाअंती पॅरेटो, प्रत्येक समाज माणसांच्या दोन गटांनी बनलेला आहे, या निष्कर्षाप्रत पोहोचले. या दोन गटांना त्यानं नावं दिली - महत्त्वाचे काही (उच्च स्तरातील २० टक्के) आणि क्षुल्लक काही (निम्न स्तरातील ८० टक्के). पॅरेटोच्या निरीक्षणानुसार प्रत्येक समाजात उच्च वर्गातल्या २० टक्के लोकांचं उरलेल्या ८० टक्के लोकांच्या संपत्तीवर नियंत्रण असतं आणि उरलेल्या ८० टक्के लोकांच्या हातात केवळ २० टक्के संपत्तीचं नियंत्रण असतं.

पॅरेटोचा ८०/२०चा नियम जगातल्या सगळ्या मानवी क्रियाकलापांना आणि व्यवसायाच्या सगळ्या पैलूंनाही १००पेक्षा जास्त वर्षं झाली तरी आजही लागू पडत आहे. तुमच्या ग्राहकांपैकी २० टक्के ग्राहक तुमच्या एकूण विक्री - नफ्याच्या ८० टक्के विक्रीला जबाबदार असतात. तुमच्या उत्पादने आणि सेवांपैकी २० टक्के उत्पादनं आणि सेवा या ८० टक्के विक्रीला जबाबदार असतात. तुमच्या व्यवसायातील लोकांपैकी २० टक्के माणसंही ८० टक्के विक्री करतात आणि ८० टक्के परिणाम साध्य करून दाखवतात. तुमचे २० टक्के कर्मचारी ८० टक्के विक्री आणि ८० टक्के परिमाणांसाठी जबाबदार असतात.

पॅरेटोच्या नियमांना महत्त्वाच्या कामांवर लक्ष्य केंद्रित करतानाही लागू करता येतं म्हणजे तुमच्या एकूण कामांपैकी २० टक्के कामंही उरलेल्या ८० टक्क्यांच्या तोडीची असतात. ही २० टक्के कामं तुम्हाला

एकूण मिळणाऱ्या परिणामांच्या ८० टक्के परिणाम देतात. दिवसभरात करायच्या दहा कामांची यादी तुम्ही बनवलीत आणि त्यातील दोन कामं ही इतर कामापेक्षा अधिक महत्त्वाची असतात.

तीनचा नियम

व्यावसायिक, लहान-मोठ्या कंपन्यांचे कर्मचारी यांच्यासोबत काम करताना मी 'तीनचा नियम' शोधून काढला आहे, जो सगळ्या पद्धतीच्या कार्यप्रणालीत अमलात आणता येऊ शकतो. जर तुम्ही सर्वसामान्य माणसाच्या किंवा कर्मचाऱ्याच्या मासिक किंवा साप्ताहिक कामांची यादी केली, भले मग ती वीस कामं असोत वा तीस, त्यातली तीनच कामं उरलेल्या ९० टक्के परिणामांच्या योग्यतेची असतात.

याच संदर्भानं बोलायचं तर व्यावसायिक जगतातील सर्वांत महत्त्वाचा शब्द म्हणजे योगदान. व्यवसाय कोणताही असो, कितीही लहान - कितीही मोठा असो, कार्यालयीन वेळेत आपला कामामध्ये जास्तीत जास्त योगदान कसं असेल हे पाहणं ही प्रत्येक कर्मचाऱ्यांची जबाबदारी आहे आणि त्यातून तीनच कामं तुमच्या एकूण कामांच्या ९० टक्के परिणामांसाठी जबाबदार असतात.

ही तीन कामं किंवा हे तीन उपक्रम काय आहेत हे कसं ओळखावं? तुम्ही 'तीन जादुई प्रश्न' विचारा.

सर्वांत मौल्यवान काम शोधून काढा

पहिला प्रश्न असा आहे, 'तुम्हाला दिवसभर एकच काम करायला सांगितलं, तर कोणतं काम दिवसभर केल्यानं तुम्ही कंपनीत मूल्याधिष्ठित सहभाग वाढवू शकाल?'

तुम्हाला एका आठवड्यात किंवा महिनाभरात करायच्या कामांच्या यादीकडे एक नजर टाकलीत तरी ते एक काम पटकन तुमच्या नजरेस येईल. त्या कामाच्या मूल्याबद्दल, महत्त्वाबद्दल शंका असेल तर तिचं

लगेच निवारण करा. यासाठी वरिष्ठांची मदत घ्या. सहकाऱ्यांना विचारा. स्वतःला विचारा; पण सर्वांत महत्त्वाचं काम कोणतं हे तुम्हाला माहीत व्हायलाच हवं.

मग तुम्ही परत प्रश्न विचारा; पण जरा वेगळ्या पद्धतीनं : 'दिवसभरात *दोनच* कामं करायची झाली, तर ते दुसरं काम काय असेल?' थोडा वेळ अंतर्मुख झाल्यावर तुम्हाला आपोआपच याचं उत्तर मिळेल. मग परत तोच प्रश्न पुन्हा एकदा विचारा : 'दिवसभरात तीनच कामं करायची झाली तर ते तिसरं काम काय असेल जे तुमचं महत्त्वाचं योगदान अधोरेखित करेल?'

तुमच्या मौल्यवान योगदानासाठी काही नियम : *मोजकीच*; पण *अधिक महत्त्वाची* कामं पूर्ण करा, हेच सातत्यानं करत करत राहा आणि प्रत्येक कामात *अधिकाधिक* अचूकता आणायचा प्रयत्न करा.

तीनचा नियम इतरांनाही शिकवा

कर्मचाऱ्यांशी चर्चा करून त्यांना स्वतःची तीन महत्त्वाची कामं ठरवायला मदत करणं, हे व्यवस्थापक या नात्यानं तुमचं अत्यावश्यक काम आहे. एक चर्चासत्र आयोजित करा. यामध्ये प्रत्येकाला एकमेकांची कामं, जबाबदाऱ्या काय आहेत, काय असाव्यात याची माहिती होऊ द्या. 'पिअर प्रेशर' ही व्यवसायामध्ये काम करण्यामागची खूप मोठी प्रेरणा असते. प्रत्येकाला त्याचं काम काय आहे, त्याची क्रमवारी कशी आहे हे माहीत असलं म्हणजे प्रत्येकावर आपल्याच कामामध्ये गर्क राहण्याची जबाबदारी राहते. एक प्रकारचं सकारात्मक दडपण कंपनीमध्ये तयार होतं. प्रत्येक कर्मचारी सहजपणे हे बघू शकतो की टीममधील दुसरे सदस्य टीमला आणि कंपनीला पुढं नेण्यासाठी महत्त्वाच्या असणारं काम करत आहेत किंवा नाही.

पुन्हा ८०/२०चा नियम

कर्मचाऱ्यांना कामामधून अधिक प्रेरणा, अधिक सफलता मिळावी यासाठी तुमचे कर्मचारी २० टक्केच काम करत आहेत; पण ते काम ८० टक्के कामाच्या परिणामाची बरोबरी करत आहेत याकडे तुमचं लक्ष असलं पाहिजे. हा नियम तुमच्या स्टाफला सारखा सांगा आणि त्याला पुस्ती द्या. तुमच्या कर्मचाऱ्यांना कामाचा प्राधान्यक्रम नीट समजावून सांगा जेणेकरून ते त्याच क्रमानं काम करण्यासाठी त्यांच्या कामाचा अमूल्य वेळ वापरतील.

कर्मचारी स्वतःच्या कामाचं सातत्यानं विश्लेषण करताना, प्राधान्यक्रम ठरवताना पॅरेटोच्या नियमांना, तीनच्या नियमांना मनात ठेवत आहेत ना या गोष्टींकडे व्यवस्थापक म्हणून तुमचं लक्ष पाहिजे. लक्षात ठेवा कर्मचाऱ्यांना तेव्हाच सकारात्मक आणि प्रेरित झाल्यासारखं वाटतं जेव्हा ते महत्त्वाची कामं पूर्ण करतात. अशा कामांच्या पूर्ततेनं कर्मचाऱ्यांना प्रेरणा मिळते, अशी कामं कंपनीच्या कामकाजात खूप मोठं योगदान देतात आणि या कामांच्या पूर्ततेबद्दल कर्मचाऱ्यांना सन्मानितही केलं जातं.

लक्ष विचलित होऊ देऊ नका

कार्यजगतातील उच्च प्रकारच्या कामगिरीमधील सर्वांत मोठा शत्रू म्हणजे लक्ष विचलित होणं. काम करणाऱ्या व्यक्तीचं लक्ष कामावरून हटवण्यासाठी कितीतरी गोष्टी टपलेल्या असतात : नवीन आलेल्या ई-मेल्स दाखवणाऱ्या सूचना, सतत वाजणारा फोन, त्यावर येणारे मेसेजेस आणि विशेषतः अशा लोकांकडून व्यत्यय येणं जे अशाच व्यत्यय येणाऱ्या जगात जगत आहेत आणि काम करत आहेत.

तुमचं काम आहे की, तुमच्यापाशी असलेला सर्वांत मौल्यवान स्रोत म्हणजे मनुष्यबळ वापरून त्यांच्याकडून जास्तीत जास्त अधिक चांगलं काम करवून घेणं. सगळी महत्त्वाची कामं नियोजित वेळेत

आणि ठरलेल्या अंदाजपत्रकात बसतील, अशा पद्धतीनं उत्तमरीत्या पार पाडण्याचं महत्त्व आणि त्यासाठी लागणाऱ्या स्वयंशिस्तीचं महत्त्वही वेळोवेळी कर्मचाऱ्यांना पटवून द्यायला पाहिजे.

कृती कार्यक्रम

१. एका महिन्याच्या कालावधीत तुम्ही जी काही कामं करता, त्यांची यादी बनवा. मग त्या कामाच्या अणि कृतीच्या यादीला समोर ठेवून स्वतःला तीन ज़ादुई प्रश्न विचारा. दिवसभरात, आठवडाभरात किंवा महिनाभरात कोणती तीन महत्त्वाची कामं करायची आहेत, याबाबत तुमच्याकडे व्यवस्थित स्पष्टता असायला हवी.

२. तुमच्या स्टाफमधील कर्मचाऱ्यांबरोबर एकत्र मीटिंग करा. त्यांना त्यांच्या कामांची यादी सोबत आणायला सांगा. कंपनीमध्ये महत्त्वाचं योगदान देण्यासाठी कोणती तीन कामं त्यांच्यासाठी महत्त्वाची आहेत, हे शोधायला प्रत्येकाला वैयक्तिक मदत देऊ करा. तिथून पुढे, बाकी काहीही हातात घेण्याआधी महत्त्वाची कामं सुरू करून पूर्ण करण्यासाठी तुमच्या स्टाफला प्रोत्साहन द्या.

१२

शिक्षक बना

बऱ्याचशा सेमिनारच्या सुरुवातीला मी लोकाना एक खाजगी प्रश्न विचारतो की, तुमची सर्वांत मूल्यवान आर्थिक मालमत्ता कोणती?

क्षणभर शांतता पसरते आणि लोक उत्तराच्या विचारात गढून जातात. मग मी त्यांना उत्तर सांगतो – तुमची सर्वांत किमती आर्थिक मालमत्ता म्हणजे तुमची पैसे कमावण्याची क्षमता. तुमच्या क्षमतेमुळे जे साध्य होतं, त्यासाठी तुम्हाला पैसे मिळतात.

कंपनीमधील सगळ्या ठेवींच्या वरचढ अशी एकच ठेव आहे, जी म्हणजे माणसांची क्षमता जिचे काहीही मोजमाप नाही. ती अमूल्य आहे आणि अमर्यादही आहे. बाकीची मालमत्ता आणि संसाधने काही काळाने संपू लागतात, कमी पडू लागतात. जेव्हा तुम्ही माणसं तयार करण्यासाठी वेळ खर्च करता, तेव्हा तुम्ही लोकांना त्यांचे मूल्य वाढवण्यासाठी प्रवृत्तच करत असता – त्यांची पैसे कमावण्याची आणि आणि योगदान करण्याची क्षमता वाढवता आणि पर्यायाने संस्थेसाठी ते करत असलेल्या कामाचे मूल्य वाढवत असता.

व्यवस्थापक म्हणून तुम्हाला अनेक भूमिका पार पाडाव्या लागतात. त्यापैकीच एक म्हणजे तुम्हाला तुमच्या हाताखालच्या कर्मचाऱ्यांसाठी

शिक्षक बनावं लागतं. काम कसं करायचं आणि ते चांगल्या रीतीने कसं करायचं याच प्रशिक्षण त्यांना द्याव लागतं. हाताखालच्या लोकांसाठी शिक्षकांची भूमिका वठवताना, कंपनीसाठी तुम्ही खूप महत्त्वाचे आहात ही भावना त्यांच्या मनात रुजवावी लागते. कंपनीमध्ये जास्तीत जास्त योगदान देण्याची तुमची क्षमता आहे हे त्यांच्या मनावर बिंबवावं लागतं. ही लोकांना प्रेरित करण्याचा एक चांगला मार्ग आहे.

शिकवणं हेच तुमचं काम

मी व्यवस्थापक म्हणून नोकरी करायला लागल्यानंतर अनेक पदांसाठी माणसांना नियुक्त केलं. मला सोप्या वाटणाऱ्या कामांसंदर्भात काही शंका विचारायला किंवा पद्धत विचारायला त्यातले अनेक जण येत. माझ्यासाठी ते काम खूपच सोपं असायचं आणि मला वाटायचं की त्यांना ते काम कसं करायचं आहे, माहीत असायला हवं. त्यांनी मला असं सतत कामाबद्दल विचारल्याने माझ्या कामात व्यत्यय यायला लागला.

मग एके दिवशी मला हे कोडं उलगडलं. शिकवणं म्हणजे माझ्या कामातला अडथळा किंवा दुय्यम गोष्ट नसून, माझ्या कामातील एक महत्त्वाचा घटक आहे. मला ही कामं व्यवस्थितपणे करता येतात, माझं त्यांच्यावर प्रभुत्व आहे म्हणूनच मी व्यवस्थापक झालो आहे. आता मी अधिक गुंतागुंतीच्या मोठ्या कामावर माझं लक्ष केंद्रित करू शकेन. लोक माझ्या हाताखाली काम करतात. कारण, ही कामं कशी करायची हे त्यांना अजून कळलेलं नाही; पण ते शिकू शकतात.

पदवीधर व्यक्तींनाही मार्गदर्शनाची गरज भासते

काही वर्षांपूर्वी मी एका नवख्या व्यवस्थापन पदवीधारकाला नोकरीवर घेतलं. तो छान सकारात्मक होता, प्रामाणिक होता आणि त्याने काही वेळा मॅरेथॉनमध्येही सहभाग घेतलेला होता. अर्थातच त्याची कष्ट करायची तयारी होती, तो शिस्तप्रिय आणि टापटीप होता.

नोकरीच्या दुसऱ्याच दिवशीची गोष्ट. मी त्याला बोलावलं आणि कंपनी काम पाहत असलेल्या एका बांधकामविषयक कामाची प्रपत्र तयार करायला सांगितली. त्याने होकारार्थी मान हलवून, आपल्या टेबलापाशी जाऊन काम करायला सुरुवात केली. काही दिवसांनी मी त्याला त्याविषयी विचारल्यावर त्याने माझ्याकडे खजील होऊन पाहिलं आणि म्हणाला की, खरं सांगू का? मला प्रपत्र म्हणजे काय हेच माहीत नाही.

प्रपत्र म्हणजे एखाद्या प्रकल्पाचं किंवा गुंतवणुकीचं मूल्यांकन. माझ्या दृष्टीनं ते इतकं सोपं होतं. एखाद्या प्रकल्पातून सगळे खर्च वजा जाता हातात येणारा महसूल किती असेल ते मोजणं आणि किती नफा या प्रकल्पातून मिळवता येईल, ते पाहणं असं या प्रपत्राच स्वरूप असतं. मग येणाऱ्या नफ्याच्या आकड्याला प्रकल्पाच्या किमतीनं भागलं जातं, ज्यातून आपल्याला अपेक्षित परतावा कळतो. अशा प्रकारे काटेकोरपणे सगळी गणितं करत गेलं म्हणजे परताव्याच्या आकड्यावरून आपण ठरवू शकतो की, एखादी गुंतवणूक कितपत फायदेशीर ठरेल. थोडक्यात, प्रपत्र म्हणजे व्यवसायाच्या सगळ्या गणितांचा प्रमुख दस्तऐवज असतं.

आता माझ्यासमोर हा एमबीए पदवीधर उभा होता, ज्याला व्यवसायासाठी किंवा त्यातल्या एका प्रकल्पासाठी प्रपत्र कसं तयार करायचं हेही माहीत नव्हतं. त्याला ही प्रक्रिया माहीत असेल आणि तो सगळी कागदपत्रं तयार करू शकेल, असं मीच गृहीत धरून चाललो होतो, इथेच मी चुकलो.

लोकांना माहीत असेल असं गृहीत धरू नका

कठीण, गुंतागुंतीची कामं कशी करायची, हे तुमच्या स्टाफला माहीत असेल, असं कधीही गृहीत धरू नका. त्यांना माहीत असतं तर त्यांनी तुमच्या हाताखाली कशाला काम केलं असतं? वास्तविक, त्यांचं ज्ञान आणि अनुभवाचे प्रमाण ठरवण्याची जबाबदारी तुमची आहे. ते जर एखाद्या विषयामध्ये कमी पडत असतील, तर त्यांना आवश्यक ते

प्रशिक्षण तुम्ही स्वतः देणं किंवा त्यांना ते तज्ज्ञ व्यक्तीकडून, कार्यशाळेतून मिळेल, याची व्यवस्था करणं हे तुमचंच कर्तव्य आहे.

हाताखालच्या लोकांना सूचना देण्यासाठी, सल्ले देण्यासाठी आणि त्यांच्या प्रश्नांना उत्तरं देण्यासाठी वेळ काढा. त्यावर तुमची टिप्पणीही द्या, तुमचं मत सांगा. व्यवस्थापकांच्या पुढच्या पिढीला शिकवणं आणि तयार करणं ही तुमच्या अनेक महत्त्वाच्या ज़बाबदाऱ्यापैकीच एक आहे, तसंच स्वतःला व्यवस्थित येणारं एखादं काम दुसऱ्याला शिकवलंत म्हणजे तुम्हाला ते काम त्याच्यावर सोपवून निश्चिंत राहता येतं.

शिकवणं हे व्यवस्थापकाचं एक महत्त्वपूर्ण कार्य आहे. हाताखालच्या लोकांना तयार करून तुम्ही त्यांचा विश्वास संपादन तर करताच; पण यामुळे तुमची कार्यक्षमता द्विगुणित होते. तुमच्या एवढ्याच क्षमतांचे आणखी लोक तयार होतात आणि त्यांच्यावर काही कामं सोडून तुम्ही दुप्पट काम करू शकता. तुमच्या शिकवण्यानं माणसं प्रेरित होतात, आपण कंपनीमधील महत्त्वाची व्यक्ती आहोत, हा आत्मविश्वास वाढतो आणि जितकं काम जास्त तितकी उत्पन्नाची क्षमता जास्त हे सूत्र सगळ्यांमध्ये रुजतं.

कृती कार्यक्रम

१. आज फक्त तुम्हाला करता येतात, अशा महत्त्वाच्या कामांची यादी करा. त्यानंतर तुमच्या आसपासची अशी माणसं शोधा, ज्यांना तुम्ही या कामांसाठी प्रशिक्षित करू शकता. त्यानं ती कामं त्यांच्या कामाचा भाग बनतील आणि तुमच्यावरचा कामाचा भार हलका होईल.

२. कंपनीमध्ये काही मौलिक योगदान देता यावं म्हणून कोणती कौशल्यं तुम्हाला आत्मसात करायला आवडतील, असं तुमच्या स्टाफला विचारा. लोकांना आपल्या कामात प्रगती करता यावी, यासाठी आवश्यक असलेल्या गोष्टी त्यांना शिकवण्याची, प्रशिक्षण देण्याची आणि लोकांना विकसित करण्याची एकही संधी दवडू नका.

१३

सातत्यानं शिक्षण-प्रशिक्षण

लोकांना काम करताना आनंद होईल, असं वातावरण निर्माण करणं, हीच हाताखालच्या लोकांना वेगवेगळ्या कामांसाठी सतत प्रेरित करत राहण्याची गुरूकिल्ली आहे. काम करताना हाताखालची माणसं जितकी खूश असतील, तितकं चांगलं काम ते करतील, तितकं ते एकमेकांना सहकार्य करतील, तेवढेच ते सर्जनशील होतील आणि याची परिणती तुमच्या आजूबाजूला सकारात्मक वातावरण निर्माण होण्यात होईल.

अर्ल नाईटिंगेलने लिहून ठेवलं आहे की, 'आनंद म्हणजे आदर्श किंवा ध्येयाची विकसित होत जाणारी जाणीव.'

लोकांना जेव्हा वैयक्तिक पातळीवर त्यांचा विकास होतो आहे आणि दिवसेंदिवस ते त्यांच्या सर्वोत्तम पातळीला पोहोचत आहेत, असं वाटायला लागतं, तेव्हा आनंदाची आणि प्रेरित झाल्याची भावना त्यांच्यात जागृत होऊ लागते. तुमच्या माणसांचा सातत्यपूर्ण विकास, त्यांचं शिक्षण, प्रशिक्षण यासाठी व्यवस्थापक म्हणून तुम्ही जे लक्ष घालता, त्या आपुलकीमधूनच आनंद आणि प्रेरणा या भावनांचा उगम होत असतो.

उच्च कार्यक्षमता, त्यामागची प्रेरणा, कामातील उत्साह आणि कामाशी असलेली बांधिलकी यांचा उगम सातत्यानं शिकण्यामध्ये

आहे. कर्मचाऱ्यांना जर आपण करत असलेलं काम कसं पूर्ण करायचं, याची कल्पना नसेल, तर स्वाभाविकपणे त्या कामात अडचणी निर्माण होऊन, त्यांचा आत्मविश्वास आणि स्वाभिमान डळमळीत व्हायला लागेल म्हणूनच त्यांना योग्य प्रकारे शिक्षण देणं हे तुमचं काम आहे (बाराव्या प्रकरणात सांगितल्याप्रमाणे हे सांगितलं आहे). या प्रकरणाचा विषय कर्मचाऱ्यांना काम बिनचूक पूर्ण करण्यासाठी काय प्रशिक्षण आवश्यक आहे, एवढ्यापुरता मर्यादित नाही तर कर्मचाऱ्यांनी स्वतःचं ज्ञान, माहिती आणि कौशल्य सतत उंचावत राहण्यासाठी सातत्यानं नवनवीन गोष्टी शिकणं आणि नवनवीन पद्धती शोधणं गरजेचं आहे, जेणेकरून भविष्यातल्या वैयक्तिक आणि व्यावसायिक प्रगतीचे नवे मार्ग त्यांच्यासाठी खुले होऊ शकतील.

योग्य प्रश्न

कर्मचाऱ्यांना प्रशिक्षण देण्याचा विषय निघाल्याबरोबर काही व्यवस्थापकांचा पहिला प्रश्न असतो, ''आपण त्यांना प्रशिक्षित केलं आणि ते नोकरी सोडून गेले तर?'' हा प्रश्नच चुकीचा आहे. ''तुम्ही त्यांना प्रशिक्षण दिलं नाही आणि तरीही ते नोकरी करत राहिले तर?'' हा तो योग्य प्रश्न आहे.

आयबीएम आणि एटी अँड टी यांसारख्या कंपन्या त्यांच्या कर्मचाऱ्यांना नियमित प्रशिक्षण मिळावं म्हणून आग्रही असतात. या कंपनीच्या कर्मचाऱ्यांना, प्रत्यक्ष काम सुरू करण्याआधी काही महिन्यांचं प्रशिक्षण जरी घेतलं असेल, तरी काम सुरू केल्यावरही वर्षाकाठी चाळीस ते ऐंशी तासांचं ज्यादा प्रशिक्षण घ्यावंच लागतं. नोकरी टिकवून ठेवण्यासाठी हे प्रशिक्षण घेणं ही किमान आवश्यकता आहे. या कंपनीतील कर्मचारी प्रशिक्षण ही गोष्ट फार गंभीरपणे घेतात.

योग्य प्रशिक्षणाचे प्रचंड प्रमाणात फायदे असतात, हे जाणून मोठ्या कंपन्या कर्मचाऱ्यांच्या प्रशिक्षणावर दरवर्षी कोट्यवधी डॉलर्स खर्च करतात.

ह्युमन रिसोर्स एक्झिक्युटिव्ह मॅगेझिननुसार, आपल्या कामासाठी आवश्यक ते प्रशिक्षण घेतलेले कर्मचारी, जितका पैसा कंपनीनं त्यात ओतला असेल, त्याच्या दहा ते वीस, अगदी तीस टक्के जास्त परतावा पुढील काही वर्षांत मिळवून देऊ शकतात. कंपनीनं प्रशिक्षणासाठी खर्च केलेल्या प्रत्येक डॉलरच्या बदल्यात मिळणारा परतावा प्रचंड प्रमाणात आहे.

मनुष्याची किंमत अनमोल आहे

विकल्या गेलेल्या गोष्टी सोडल्या, तर एका साधारण कंपनीचा ८५ टक्के खर्च हा पगार आणि फायदेशीर गोष्टींवर होतो आणि उरलेला १५ टक्के भाग हा जागेचं भाडं, इतर आवश्यक वस्तू इत्यादींवर खर्च होतो. अगदी उत्पादनखर्च जरी धरला, तरी साधारण कंपन्या त्यांच्या महसुलाच्या ६५ टक्के भाग पगार, वेतन आणि इतर भत्त्यांवर खर्च करतात.

अमेरिकन सोसायटी फॉर ट्रेनिंग अँड डेव्हलपमेंटनं केलेल्या अभ्यासानुसार, कंपनीला ज्या कर्मचाऱ्यांच्या कामामुळे एकूण नफा मिळण्याची शक्यता असते, त्यांच्या प्रशिक्षणासाठी कंपनी स्वतःच्या उत्पन्नाच्या एक टक्का भागही खर्च करत नाही म्हणजे ज्यांच्याकडून उत्पादन वाढीची अपेक्षा आहे, त्यांच्यावरच पैसे खर्च करायला कंपन्या राजी नसतात. त्याचं अभ्यासात असंही नमूद केलेलं आहे की, प्रत्येक उद्योगक्षेत्रातील सर्वाधिक नफा मिळवणाऱ्या पहिल्या वीस कंपन्या त्यांच्या एकूण उत्पन्नाच्या तीन टक्के किंवा यांपेक्षा जास्त पैसे कर्मचाऱ्यांच्या प्रशिक्षणावर खर्च करतात. ज्या कंपन्या प्रशिक्षण देण्यावर पाच किंवा दहा टक्के खर्च करतात, त्या त्यांच्या क्षेत्रात नेहमीच अग्रेसर राहतात. त्या कंपन्या वेगानं प्रगती करतात आणि प्रचंड नफा कमावतात.

खूप स्पर्धा असणाऱ्या ऑटोमोटीव्ह उद्योगात डाना नावाची कंपनी त्यांच्या प्रशिक्षणातील प्रयोगासाठी प्रसिद्ध होती. स्वतःचं काम सर्वोत्कृष्ट पद्धतीनं पूर्ण करण्यासाठी कर्मचाऱ्याला ज्या म्हणून कौशल्यांची

आवश्यकता भासते, ती कौशल्यं आत्मसात करण्यासाठी आठवड्यातून एक दिवस प्रशिक्षण देण्यात यायचे. प्रत्येक कर्मचाऱ्याचा प्रत्येक आठवड्यातला एक दिवस प्रशिक्षणासाठी राखून ठेवलेला असायचा. जेव्हा इतर कंपन्यांमधील कर्मचारी ठरल्याप्रमाणे पाच दिवस काम करायचे, तेव्हा डानामधील कर्मचारी आठवड्यातील चारच दिवस काम करून इतर स्पर्धक कंपन्यांपेक्षा जास्त काम आणि उत्पादनांची विक्री करून दाखवायचे. प्रशिक्षणासाठी थोडा वेळ दिल्यामुळे कार्यक्षमतेमध्ये इतका मोठा फरक पडू शकतो.

प्रशिक्षण आणि प्रेरणा

उंचावलेला स्वाभिमान, वैयक्तिक विकास अशा भावना आणि प्रशिक्षणातून विकास यांचं थेट नातं आहे. नवीन माहिती मिळाली, स्वतःला काहीतरी नवीन करता येतं आहे, याची जाणीव झाली म्हणजे लोकांचा आत्मविश्वास वाढतो. त्यांची स्व-प्रतिमा उंचावते. त्यांना स्वतःबद्दल अधिक सकारात्मक आणि आनंदी वाटायला लागतं.

स्टाफच्या प्रत्येक व्यक्तीसाठी प्रशिक्षणाचा आराखडा तयार करणं हे व्यवस्थापनाचं एक काम असलं पाहिजे. प्रत्येक कर्मचाऱ्यासोबत बसून, त्याच्याशी बोलून, त्यानं नवीन काय शिकून घेणं गरजेचं आहे हे ठरवा. या नवीन कौशल्यांमुळे व्यवसायात नक्की काही फरक पडू शकतो.

तुम्ही मोठ्या कंपनीमध्ये काम करत असाल, तर तुम्हाला कंपनी अंतर्गत प्रशिक्षण वर्ग घेता येतात. जर तुम्ही लहान कंपनीमध्ये काम करत असाल, तर तुमच्या व्यवसायानुरूप आवश्यक ती कौशल्यं शिकवणाऱ्या अनेक उत्तम संस्था आहेत, ज्या आपली फी घेऊन तुम्हाला प्रशिक्षण देतात. कधी कधी एकच प्रशिक्षण वर्ग पूर्ण विभागाला किंवा सगळ्या संस्थेला बदलायला पुरेसा ठरतो.

वैयक्तिक आणि व्यावसायिक विकास हा लोकांना प्रेरणा देणारा सर्वांत प्रबळ घटक आहे. या प्रेरणेमुळे लोक काम करायला सक्षम

होतात आणि अधिक कार्यक्षमही होतात. तुम्हाला कंपनीमध्ये यशस्वी वातावरण निर्माण करायचं असेल, तर लोकांना प्रशिक्षण देणं अत्यंत आवश्यक आहे.

प्रशिक्षणातून स्पर्धात्मक फायदा होतो

एका वरिष्ठ कार्यकारी अधिकाऱ्यानं मला एकदा सांगितलं होतं, 'या जीवघेण्या स्पर्धेत टिकायचं असेल तर आपल्याकडे एकच फायदेशीर गोष्ट आहे आणि ती म्हणजे पटपट गोष्टी शिकून त्या आत्मसात करण्याची आणि आपल्या प्रतिस्पर्ध्यापेक्षा वेगानं कल्पना प्रत्यक्षात आणण्याची आपली क्षमता सिद्ध करणं.'

जसे खेळाडूंचे अजिंक्य संघ सतत नियमितपणे खडतर प्रशिक्षणाला सामोरे जातात, तसंच अव्वल स्थानी असणाऱ्या कंपन्यांनीसुद्धा करायला हवं. 'तुमचं आयुष्य फक्त तेव्हाच सुधारतं जेव्हा तुम्ही सुधारता.'

हाच नियम व्यवस्थापनातही लागू होतो. व्यवस्थापक चांगल्या रीतीनं विकसित होत गेला, तरच हाताखालची माणसंही सुधारू लागतात. कंपनीचे कर्मचारी सुधारले तरच कंपनीची प्रगती होते. पॅट रिले नावाचा बास्केटबॉलचा प्रशिक्षक म्हणतो की, 'तुम्ही जर सुधारणा करत गेला नाहीत, तर तुम्ही अधोगती होतं आहे, असं समजा.' काळाची पावलं ओळखून तुम्ही कर्मचाऱ्यांना काळानुरूप होणाऱ्या बदलांचं प्रशिक्षण दिलं नाहीत, तर जीवघेण्या स्पर्धेच्या या युगात तुम्ही इतर कंपन्यांच्या मागंच पडत जाल.

नियमित प्रशिक्षण आणि सराव या पर्यायी गोष्टी नाहीत. नजीकच्या भविष्यातील बाजाराच्या स्पर्धेत टिकून राहण्यासाठी प्रशिक्षण ही एक अत्यावश्यक गोष्ट झाली आहे.

कृती कार्यक्रम

१. संस्थेच्या कामात महत्त्वाचं योगदान देण्यासाठी कोणतं कौशल्य प्रशिक्षणाद्वारे आत्मसात करणं आवश्यक आहे, असं तुमच्या कर्मचाऱ्यांना वैयक्तिकरीत्या विचारा. मग ते कौशल्य आत्मसात करण्यासाठी लागणारा आवश्यक वेळ आणि पैसा कर्मचाऱ्यांना द्या.

२. स्वतःचे काम अजून चांगल्या पद्धतीनं पूर्ण करण्यासाठी गरजेचं वाटणारं एक कौशल्य निवडा. वाचन, ऑडिओ प्रोग्राम ऐकणं, कार्यशाळा आणि सेमिनारमध्ये भाग घेणं, या गोष्टींच्या माध्यमातून ते कौशल्य आत्मसात करण्यासाठी एक वेळापत्रक तयार करा. नंतर या नवीन कौशल्याचा आपल्या कामामध्ये प्रत्यक्ष वापराचा सराव करून पाहा. तुमचं उदाहरण डोळ्यांसमोर ठेवून कर्मचारी स्वतःमध्ये सुधारणा घडवून आणायला प्रवृत्त आणि प्रेरित होतील.

१४

शून्य दोष तत्त्वावर भर द्या

उत्तम उत्पादन आणि उत्तम सेवा पुरवण्याच्या तुमच्या क्षमतेचा व्यवसायाच्या यशातील वाटा जवळजवळ ९० टक्के इतका मोठा आहे. हार्वर्ड विद्यापीठात अनेक वर्षं, अनेक कंपन्यांवर पीआयएमएस (प्रॉफिट इम्पॅक्ट ऑफ मार्केटिंग स्ट्रॅटेजीचा) अभ्यास केला गेला. या अभ्यासात अनेक कंपन्यांचा सहभाग होता. तुमच्या उत्पादनाची किंवा सेवेची गुणवत्ता आणि कंपनीला मिळणारा नफा यांचा थेट संबंध असल्याचं या अभ्यासातून निष्पन्न झालं.

सर्वांत जास्त नफा कमावणाऱ्या कंपन्या म्हणजे अशा कंपन्या ज्या उत्पादनाची जास्त किंमत लावू शकतात आणि जास्तीत जास्त नफा कमवू शकतात. अशा कंपन्या व्यावसायिक क्षेत्रात त्यांच्या मालाच्या उत्कृष्ट गुणवत्तेसाठी नावाजलेल्या असतात.

हाच निकष माणसांनाही लागू पडतो. कर्मचाऱ्यांच्या मनात तुम्हाला जेतेपदाची भावना निर्माण करायची असेल, तर जिंकण्यासाठी पूरक आणि पोषक असं वातावरण निर्माण करून प्रोत्साहित करणं ही तुमची जबाबदारी आहे. अत्युत्कृष्ट दर्जाचं काम करणं आणि त्या कामामुळे तुमची कौतुक होणं याव्यतिरिक्त व्यवसाय विश्वात जिंकणं म्हणजे दुसरं असतं तरी काय?

गुणवत्ता फुकट मिळते

फिलीप क्रॉस्बी नावाच्या उद्योजकानं आपल्या क्वालिटी कॉलेजमध्ये आणि *क्वालिटी इज फ्री* नावाच्या पुस्तकात गुणवत्तेची व्याख्या पुढीलप्रमाणे केली आहे : तुमचं उत्पादन तुम्ही वर्णन केल्याप्रमाणेच असेल, ग्राहकानं ती विकत घेतल्यावरही त्या गोष्टी तुम्ही कबूल केल्याप्रमाणेच दीर्घकाळ उपयोगी पडतील, याची खात्री म्हणजे गुणवत्ता. तुम्ही दिलेला शब्द तुमच्या उत्पादनानं किती काळ पाळला, याची टक्केवारी हाच तुमच्या गुणवत्तेचा मापदंड आहे.

दर्जेदार कामाला सर्वोच्च रेटिंग मिळणं यालाच 'शून्य दोष तत्त्व' असं म्हणतात. हे रेटिंग मिळणं म्हणजे तुमचं उत्पादन किंवा सेवा ही *कायम* तुम्ही जे वचन देता त्याप्रमाणेच आहे. याच संकल्पनेप्रमाणे, व्यक्तींनासुद्धा *वैयक्तिक कामाच्या दर्जासाठी* रेटिंग मिळू शकतं. माणसं १०० टक्के कामांमध्ये उत्तम कामगिरी करतात आणि त्या उत्तम कामगिरीमध्येही नियमितता असते, तेव्हा त्यांना शून्य दोष तत्त्व या रेटिंगनं नावाजलं जातं.

निर्दोष कामाचं तत्त्व वापरून तुम्ही लोकांना कामाचा दर्जा उंचावण्यासाठी सातत्यानं प्रोत्साहन देऊ शकता, त्यामुळे लोकांचं लक्ष कामाचं आणि पर्यायानं उत्पादनाचा आणि सेवेचा दर्जा सुधारण्यासाठी एकाग्र होऊ लागतं. तुम्ही कंपनीचे प्रमुख असाल तर लोकांना उत्कृष्ट काम करण्याबाबत वचन देऊ शकता. तुमच्या प्रत्येक कर्मचाऱ्याच्या मनात सतत कामाच्या दर्जाबद्दलचा आणि गुणवत्तेबद्दलचा विचार अग्रस्थानी राहिला पाहिजे, याबाबत तुम्ही प्रयत्नशील आणि आग्रही असायला हवं.

गुणवत्तेचे निकष ठरवा

निर्दोष कामाचा आग्रह धरून तुम्ही एक प्रकारे कामाचा निकष १०० टक्के असा ठरवत असता म्हणजेच बिनचूक, दोषरहित असलेलं काम. प्रत्येक

व्यक्तीच्या कामाचा दर्जा कंपनीच्या कामावर परिणाम करत असतो. ज्या कोणत्या बाबतीत तुम्हाला दर्जेदार काम केलेलं आढळून येईल, त्या कामाचं कौतुक करा, त्या कामाला पाठिंबा द्या, त्या कामासाठी बक्षीस द्या. हरप्रकारे गुणवत्तेला पुढे आणण्याचा प्रयत्न करा.

सतत पाठपुरावा करत राहणाऱ्या बॉसच्या हाताखालची टीम उत्तम काम करते, असं म्हणतात. संपूर्ण संस्थेच्या कामाचं स्वरूप बॉस ठरवत असतो म्हणूनच बॉसचा गुणवत्ता आणि उत्कृष्टता यांकडे पाहण्याचा दृष्टिकोन सगळ्या टीमसाठी प्रमाणस्वरूप असतो.

परत पाठवा

हेन्री किसिंजर राज्याचे सचिव असताना त्यांच्याबद्दल एक गोष्ट सांगितली जायची. त्यांनी एकदा एका दुय्यम दर्जाच्या अधिकाऱ्याला एका महत्त्वाच्या राष्ट्रीय घटनेसंदर्भात रिपोर्ट लिहायला सांगितला. अधिकाऱ्यानं त्याचं काम केलं, रिपोर्ट दिला. मी पाहतो आणि उद्या त्यासंदर्भात तुमच्याशी बोलतो, असं किसिंजर म्हणाले.

दुसऱ्या दिवशी अधिकारी आल्यानंतर किसिंजरनं तो रिपोर्ट त्याला परत घेऊन जायला सांगितला. थोडी मेहनत घेतलीस तर यापेक्षा कितीतरी चांगला रिपोर्ट तू लिहू शकतोस, असं किसिंजरनं त्याला सांगितलं आणि परत पाठवून दिलं. पुढचे दोन-तीन दिवस अधिकारी त्या रिपोर्टवर काम करत राहिला.

अधिकाऱ्यानं दुसऱ्यांदा रिपोर्ट पाठवला. किसिंजरने पुन्हा एकदा तो रिपोर्ट रात्रीतून वाचून काढला आणि परत एकदा त्यात सुधारणा करायला हवी, असं अधिकाऱ्याला सांगून रिपोर्ट परत पाठवला. रिपोर्टवर अजून अधिक कष्ट घेऊन त्याची गुणवत्ता वाढवण्याचा सल्लाही त्यांनी अधिकाऱ्याला दिला. अधिकाऱ्यानं पुढचे दोन-तीन दिवस रिपोर्टवर कष्ट घेतले.

रिपोर्ट तयार झाला आणि अधिकारी तो घेऊन परत एकदा किसिंजरकडे गेला आणि म्हणाला, ‘माझ्या परीनं मी जितकं उत्तम काम

करू शकतो, ते मी या रिपोर्टसाठी केलेलं आहे. यानंतर यात आता कोणतेही बदल करता येतील, असं मला तरी वाटत नाही. आताही तुमचं समाधान झालं नाही, तर मी काहीच करू शकत नाही.'

यावर किसिंजर उत्तरले, ''यापेक्षा चांगलं काही घडू शकत नाही, या मतावर तू ठाम असशील तर ठीक आहे. आता मी हा रिपोर्ट पहिल्यांदा वाचेन.''

चांगली उदाहरणं समोर ठेवा

लोकांकडून दर्जेदार कामाची अपेक्षा करताना तुम्ही स्वतःच्या कामातून गुणवत्ता सिद्ध करायला हवी आणि स्वतःच्या कामातून लोकांसमोर उदाहरण घालून द्यायला हवं. तुम्ही कामातून मार्ग दाखवणार आहात. तुम्हीच लोकांचे आदर्शस्वरूप आहात. तुम्ही उत्तम काम करता म्हणजे 'जास्त कष्ट घेऊन' तुम्ही दर्जेदार कामाचा पायंडा पाडत असता. तुमच्या सहकाऱ्यांसमोर आणि कनिष्ठांसमोर गुणवत्तेचे निकष ठेवत असता.

उत्तम काम केल्यानं लोकांचा स्वाभिमान उंचवायला मदत होते. काम सर्वसाधारण असेल आणि इतरांनी तो दर्जा स्वीकारला, तर स्वाभिमानाला फारसा धक्का लागत नाही. लोकांचं निकृष्ट दर्जाचं कामसुद्धा जर खपून गेलं, तर मात्र त्यांच्या स्वाभिमानाला ठेच लागते. निकृष्ट दर्जाचं काम केलेली लोक मनात न्यूनगंड घेऊन बसतात आणि व्यावसायिक जगात ते स्वतःला अपयशी समजतात.

माणसाला आपण विजयी आहोत, असं तेव्हाच वाटतं जेव्हा एखाद्या व्यक्तीनं उत्कृष्ट पद्धतीनं काम केल्याबद्दल त्याचं नाव होतं, त्याला त्या कामासाठी बक्षीस मिळतं आणि त्याचं कौतुक होतं; परंतु खूप कमी लोक उत्कृष्ट काम करू शकतात. त्यांना समोर काहीतरी लक्ष्य, ध्येय असावं लागतं. दुसऱ्या कोणीतरी तयार करून ठेवलेले मापदंड वापरून त्यांच्या निकषांवर काही लोक आपलं काम कसं असावं हे ठरवतात आणि मग त्यालाच उदाहरण म्हणून आपल्या समोर ठेवून

ते वाटचाल करतात. अशा वेळी उत्तम कामाचा निकष आणि एक ध्येय म्हणून निर्दोष काम हा मापदंड समोर ठेवून तुमचं साध्य साधू शकता.

दर्जेदार कामाचं मूल्य

जीवन मूल्यांवर आपण मागे (आठव्या प्रकरणामध्ये) चर्चा केली आहे. तुमच्या कर्मचाऱ्यांना तुमच्या कंपनीचं अस्तित्व आणि सफलता हे त्यांच्या दर्जेदार कामावर अवलंबून असतं. या जीवघेण्या स्पर्धेच्या जगात, तुमचा व्यवसाय चालत राहणं आणि त्यात यशस्वी होणं हे पूर्णपणे तुमच्या कामाच्या गुणवत्तेवर अवलंबून आहे, ही गोष्ट तुम्ही कर्मचाऱ्यांच्या मनावर बिंबवायला हवी. निर्दोष कामाचं महत्त्व त्यांना पटवून द्यायला हवं. प्रत्येक काम उत्कृष्ट होण्यासाठी त्यांना प्रोत्साहित करायला हवं. एखादं पत्र लिहिणं, ई-मेल पाठवणं, जाहिरातीचा मसुदा तयार करणं, अशा लहानसहान गोष्टींनाही काही अर्थ असतो. त्या गोष्टींनी खूप फरक पडू शकतो. कंपनीच्या कामासाठी केलेलं प्रत्येक संभाषण, प्रत्येक पत्र हे काळजीपूर्वक लिहिलेलं, व्यवस्थित संपादित केलेलं, दोषरहित असावं असा तुमचा आग्रह असला पाहिजे. तुम्ही अशा बिनचूक ई-मेल्स आणि पत्रांमधून दर्जेदार लेखनाचं आणि पर्यायानं दर्जेदार कामाचं संपूर्ण कंपनीत उदाहरणच घालून देत असता.

ग्राहकांना कामाचा प्रस्ताव पाठवताना किंवा विक्रीखत आणि खरेदीखत लिहिताना त्यात अचूकता, सुस्पष्टता आणि परिपूर्णता असणं अत्यंत आवश्यक आहे. तुमच्या कंपनीकडून कोणताही लेखी प्रस्ताव लोकांकडे जातो, तेव्हा त्यातील मजकुरावरून, शब्दांच्या किंवा वाक्यांच्या बिनचूक मांडणीवरून, स्पष्टतेवरून तुमच्या संपूर्ण कंपनीच्या दर्जाची, उत्पादनांची, सेवेची, माणसांची पारख केली जाते.

एखाद्या कर्मचाऱ्यानं उत्कृष्ट काम केलं तर त्याचं जाहीर कौतुक करा. लक्षात ठेवा, तुम्ही जितकं कौतुक कराल, लोकांना चांगल्या कामासाठी बक्षीस द्याल आणि चांगल्या वर्तणुकीला पाठिंबा द्याल,

त्याच्या कित्येक पटीत यश तुम्हाला मिळणार आहे. लोकांना दर्जेदार कामाचं महत्त्व सतत पटवून द्या, असं उदाहरण निर्माण करा की, लोक स्वतःच्या कामाची गुणवत्ता सुधारायला आणि उंचवायला प्रवृत्त होतील. कामाच्या गुणवत्तेसोबतच त्यांची स्व-प्रतिमा आणि आत्मविश्वासही उंचावेल आणि भविष्यात उत्तम कामगिरी करण्यासाठी ते प्रेरित होतील.

कृती कार्यक्रम

१. ग्राहकाला देण्यात येणाऱ्या प्रत्येक उत्पादन किंवा सेवा आणि केलेलं काम यासाठीचा उत्कृष्ट दर्जा काय असेल हे ठरवा. या गुणवत्तेचे निकष काम करणाऱ्या प्रत्येक व्यक्तीला माहीत असावेत, याची खात्री करा.

२. प्रत्येक क्षेत्रात उत्तम काम करून लोकांसमोर दर्जेदार कामाचं उदाहरण घालून द्या. तुम्ही जी अतिशय महत्त्वाची कामं करता, त्याचा दर्जा सातत्यानं उंचवायचा प्रयत्न करा.

१५

गुणवत्ता गट आणि गुणवत्ता संघ तयार करा

कंपनीमध्ये केलं जाणारं प्रत्येक काम सांघिक असतं. व्यवस्थापकाचं यश हे वैयक्तिक नसून, सांघिक असतं. संघ जितक्या चांगल्या पद्धतीनं, मिळून मिसळून, परस्पर सहकार्यानं काम करतो, तितका कामाचा दर्जाही वाढतो आणि उत्पादनही वाढते. चांगल्या परिणामांमुळे व्यवस्थापकाचं काम नावाजलं जातं आणि तोच वरिष्ठांच्या नजरेत भरतो.

डब्ल्यू. एडवर्ड डीमिंग नावाच्या माणसानं १९६० ते १९७०च्या काळात गुणवत्ता गट हे जपानी व्यवस्थापन तंत्र विकसित केलं. या सांख्यिकीतज्ज्ञ असलेल्या माणसानं जपानला दर्जेदार उत्पादन करणारा जगातील अग्रणी देश अशी ओळख मिळवून दिली. गुणवत्ता गट आणि गुणवत्ता संघ स्थापन करून तुम्ही लोकांना त्यांच्या कामाची गुणवत्ता सुधारण्यासाठी प्रोत्साहित आणि प्रेरित करू शकता. यामुळे ते प्रत्येक काम गुणवत्तापूर्ण करण्याची जबाबदारी घेतील.

तथापि, क्वालिटी टीम आणि क्वालिटी सर्कल्स जेव्हा त्यांना वरिष्ठ अधिकाऱ्यांकडून सबळ आणि स्पष्ट पाठिंबा मिळतो, तेव्हाच काम

करतात. ही व्यवस्था म्हणजे लोकांना प्रेरित करण्याची युक्ती किंवा तात्पुरती सोय नव्हे. कंपनीच्या फायद्यासाठी, यशासाठी आणि उज्ज्वल भविष्यासाठी गुणवत्तापूर्ण काम अत्यावश्यक आहे हे व्यवस्थापकांनी कर्मचाऱ्यांना स्पष्ट सांगायला हवं. मॅनेजरनं हे स्पष्ट करणं आवश्यक आहे, भविष्यकालीन विक्री आणि फायद्यासाठी गुणवत्ता कंपनीसाठी महत्त्वाची असते.

फक्त कर्मचाऱ्यांसाठी

गुणवत्ता संघ व्यवस्थापनाकडून निवडले जातात आणि त्यात कंपनीच्या कर्मचाऱ्यांचाच समावेश असतो. प्रत्येक संघ तोलामोलाचा असतो आणि हे लोकच आपला प्रमुख स्वतः निवडतात. कामाच्या वेळात वेळ काढून आठवड्यातून एकदा भेटायचं, स्वतःच्या कामाची गुणवत्ता कोणत्या पद्धतीनं वाढवू शकतात आणि आपल्या अधिकारातील कामाच्या दर्जाबद्दल चर्चा करायची, असं या संघाच्या कामाचं स्वरूप असतं.

काही विवक्षित प्रश्नांना आणि अडचणींना ठोस व्यावहारिक उत्तरं हवी असतात. कामाच्या ओघात असे प्रश्न मागं पडतात. हे प्रश्न सोडवण्यासाठी कार्यालयीन वेळेतच गुणवत्ता संघांनी भेटावं, यासाठी त्यांना प्रोत्साहित करणं आवश्यक आहे. उत्पादन, कामाची यादी, ऑर्डरची यादी, संबंधित कागदपत्रांची छाननी अशा प्रक्रियांमध्ये सुटसुटीतपणा आणण्यासाठी, या प्रक्रियेमधील गोंधळामुळे कंपनीचं नाव ग्राहकासमोर खराब होऊ नये म्हणून काय करता येईल हे पाहण्यासाठी गुणवत्ता संघांनी विभागनिहाय विचारमंथन करायला पाहिजे.

गुणवत्तापूर्ण कामासाठी अमेरिकेत दिल्या जाणाऱ्या बाल्डरिज पुरस्कार इतक्याच प्रतिष्ठेचा डेमिंग पुरस्कार जपानमध्ये दिला जातो. हा पुरस्कार राष्ट्रपती रोनाल्ड रीगन यांनी सुरू केला आणि याचं नाव तत्कालीन वाणिज्य सचिव माल्कम बाल्डरिज यांचं नाव या पुरस्काराला दिलं.

प्रत्येक वर्षी अमेरिकन कंपन्या बाल्डरिज पुरस्कार मिळवण्यासाठी जीवाचं रान करतात. पुरस्काराच्या नामांकनाच्या यादीत नाव समाविष्ट करण्यासाठी कंपनीला पन्नास ते साठ पानांची प्रश्नावली सोडवून द्यावी लागते. व्यवसायातील सद्यःस्थितीत सुरू असणाऱ्या प्रत्येक प्रक्रियेची साद्यंत माहिती या पत्रकात लिहावी लागते. पुरस्काराच्या निवडसमितीमध्ये नामवंत कंपन्यांचे अनुभवी व्यवस्थापक असतात. सहभागी होऊ इच्छिणाऱ्या कंपन्यांच्या माहितीनं समितीचं समाधान झालं, तर कंपनी पुढच्या फेरीसाठी पात्र ठरते. पुढच्या फेऱ्यांमध्ये कंपन्यांना काटेकोर तपासणीला सामोरं जावं लागतं.

व्यवस्थापनातील मापन पद्धती

गेली कित्येक वर्षे, बाल्डरिज पुरस्कारानं व्यवस्थापनातील मापन पद्धतीवर भर दिला आहे. कंपनीमधील प्रत्येक कृती आकड्यांमध्ये मोजली जाते आणि मग त्या आकडेवारीचा तौलनिक अभ्यास करून मागच्या वर्षीच्या तुलनेत या वर्षीची प्रगती मोजली जाते आणि मग त्याच क्षेत्रातील इतर कंपन्यांच्या किंवा संस्थांच्या कामाशी त्याची तुलना होते. प्रत्येक क्षेत्रातील सुधारणांची आकडेवारी सतत चढती ठेवणं हे मुख्य ध्येय असतं.

लोकांच्या समोर सुधारणेसाठी एखादा आकडा दिला जातो आणि ते प्रमाण साध्य करायला सांगितलं जातं, तेव्हा कर्मचारी काम अजून व्यवस्थित, अजून चांगल्या सर्जनात्मक पद्धतीनं करण्यासाठी आतून प्रेरित होतात आणि पुरस्कार मिळवण्यासाठी उत्तम काम करण्याचे विविध मार्ग शोधून काढतात. गुणवत्ता संघ आणि गुणवत्ता गट सर्वोत्तम कामाचं ध्येय साध्य करण्यासाठीच निर्माण केलेले असतात आणि एक प्रकारे ते कर्मचाऱ्यांवर सकारात्मक दबाव टाकतात. या पद्धतीमुळे कर्मचाऱ्यांना प्रेरणा तर मिळतेच; पण त्यांचा कामातील सहभाग व कामामधील एकाग्रता वाढायलाही मदत होते.

जगातील अग्रेसर कंपन्यांमध्ये, प्रत्येक कर्मचारी स्वतःच्या कुवतीनुसार आणि कामाच्या प्रकारानुसार कोणत्या ना कोणत्या गुणवत्ता गटाचा सदस्य असतोच. विक्री, नफा, ग्राहकाचं समाधान, यांवर परिणाम करणारा लहानातला लहान घटक सातत्यानं अभ्यासला जातो. प्रत्येक घटक परिपूर्ण होण्यासाठीचे उपाय सातत्यानं शोधले जातात.

जेव्हा गुणवत्ता गटाची मीटिंग होते आणि त्यात दर्जा सुधारण्यासाठी विचार सुचवले जातात किंवा काही नवीन कल्पना शोधल्या, तर गटप्रमुख पुढील कार्यवाहीसाठी तो अहवाल व्यवस्थापनाकडे पाठवून देतात.

क्ष घटकाचं पुनरावलोकन

संघाच्या प्रत्येक सदस्याला त्याचं कामाबद्दलचं मत आणि विचार विचारले की, त्यामध्ये संघाचा मौल्यवान आणि महत्त्वाचा घटक असल्याची भावना निर्माण होते आणि याच भावनेपोटी भविष्यात अजून चांगलं काम करण्याची प्रेरणा त्यांना मिळते.

आपली क्ष घटकाबद्दल झालेली चर्चा आठवा. कंपनीच्या अधिकाऱ्यांचा आणि व्यवस्थापकांचा कर्मचाऱ्यांबरोबर होणाऱ्या वर्तणुकीचा परिणाम कर्मचाऱ्यांच्या स्व-प्रतिमेवर खूप परिणाम होत असतो, मग तो सकारात्मक असो वा नकारात्मक. संस्थेच्या प्रमुखांकडून कर्मचाऱ्यांना आदराची वागणूक मिळाली, तर त्यांच्या कार्यक्षमतेमध्ये अनेक पटींनी वाढ होते. गुणवत्ता गट आणि गुणवत्ता संघ यांच्यात कर्मचाऱ्यांचा असणारा सक्रिय सहभाग हे कंपनी कर्मचाऱ्यांच्या योगदानाची योग्य दखल घेत असल्याचं द्योतक आहे. कंपनीकडून आपल्याला आदर मिळत आहे आणि आपल्या मताला कंपनीमध्ये किंमत आहे, असं समजल्यावर कर्मचारी स्वतःच काम अधिक गांभीर्यानं करतात.

गुणवत्ता गट प्रेरणा देण्याचं काम करतात. कारण, दहाव्या प्रकरणात सांगितलेल्या मानवाच्या दोन मूलभूत गरजा स्वायत्ततेची गरज आणि संलग्नतेची गरज या गुणवत्ता गटाच्या माध्यमातून भागवल्या

जातात. मग हे गट अधिकाधिक प्रेरणादायी होतात. माणूस म्हणून आपल्याला स्वायत्तताही हवी असते आणि संलग्नताही. एकीकडे आपण स्वतंत्रपणे काम करताना प्रेरित होतो आणि त्याचवेळी संघाचा सदस्य म्हणून उत्तेजित, संघभावनेनं उत्साही झालेलो असतो. गुणवत्ता संघ काहीसे सल्लागार भूमिकेत असले तरी ते स्व-दिग्दर्शित, कर्मचाऱ्यांना एकमेकांशी चर्चा करायला प्रवृत्त करणारे, नवीन कल्पना मांडायला उद्युक्त करणारे आणि त्यायोगे उत्पादनाचा दर्जा वाढवणारे असतात. अशा गटांना स्वतंत्रपणे काम करण्याचा आनंदही मिळतो आणि मोठ्या संस्थेशी असलेल्या संलग्नतेतून प्रेरणाही मिळत राहते.

कृती कार्यक्रम

१. तुमच्या व्यवसायातील ग्राहकांच्या समाधानावर परिणाम करणारा एक विभाग निवडा. या विभागाची कार्यक्षमता आणि गुणवत्ता वाढावी म्हणून सूचना, शिफारशी करण्यासाठी एक गुणवत्ता गट तयार करा.

२. व्यवसायाच्या प्रत्येक महत्त्वाच्या विभागात गुणवत्तेसाठी काही निकष ठरवा. ते निकष पूर्ण करण्यासाठी सातत्यानं प्रयत्न करा. प्रत्येक प्रक्रियेमध्ये उत्तरोत्तर सुधारणा होत जाईल यावर कटाक्ष ठेवा.

१६

नियमित विचारमंथन करा

संस्थेमधील लोकांमध्ये प्रेरणा निर्माण करण्यासाठी आणि त्यांच्या सर्जनशील विचारांना चालना देण्यासाठी विचारमंथन हा प्रभावी मार्गांपैकी एक मार्ग आहे. अडचणी सोडवण्यासाठी, काही अडथळ्यांवर मात करण्यासाठी, व्यावसायिक ध्येय साध्य करण्यासाठी आणि संस्थेशी बांधील असलेल्या लोकांची ताकदवान टीम निर्माण करण्यासाठी एक प्रभावी साधन म्हणून तुम्ही विचारमंथनाचा वापर करू शकता.

जाहिरात क्षेत्रातील अधिकारी ॲलेक्स ऑसबर्न यानं १९४६मध्ये विचारमंथनाची कल्पना प्रथम मांडली. गेल्या काही वर्षांत ती इतकी विकसित झाली की, आता प्रगतिशील कंपन्यांमध्ये नियमितपणे विचारमंथन केलं जातं. तुम्ही व्यवसाय पुढे नेण्यासाठी अजूनही विचारमंथनाचा वापर केला नसेल, तर लवकरात लवकर सुरुवात करा, याची सुरुवात करणं अतिशय सोपं आहे.

संस्थेमध्ये काम करणाऱ्या प्रत्येक व्यक्तीच्या सर्जनशील विचारांना चालना मिळावी हा विचारमंथनाचा उद्देश आहे आणि नियमितपणे विचारमंथन आयोजित करण्याच्या परिणामांनी तुम्हाला सुखद धक्का बसेल. कधीही पुढे न येणाऱ्या, फारसं न बोलणाऱ्या कर्मचाऱ्यांच्या

डोक्यातून ज्या कल्पना निघतील, त्याचा तुम्हाला व्यवसायावर सखोल परिणाम झालेला दिसून येईल.

विचारमंथनाचा सराव

काही वर्षांपूर्वी आयबीएम कंपनीनं मला त्यांच्या कंपनीसाठी समस्या सोडविण्याच्या आणि निर्णय घेण्याच्या काही चर्चासत्रांचा सेमिनार त्यांच्या देशभरात असणाऱ्या विविध शाखांमध्ये घेण्यास सांगितलं. हे काम मी पूर्ण वर्षभर केलं. या एकदिवसीय चर्चासत्राच्या एका भागात विचारमंथन कसं करावं, याचं प्रशिक्षण देणं हेही सामील होतं. एका गोल टेबलसभोवती सहा ते सात जणांचा गट असं सगळ्यांनी बसायचं. मग मी प्रत्येक गटाला काही काम नेमून द्यायचो आणि परस्पर-सहकार्यानं त्यांनी ते काम पूर्ण करणं अपेक्षित होतं.

विचारमंथनाच्या सरावात प्रत्येक गटातल्या प्रत्येक व्यक्तीनं एक विशिष्ट समस्या सोडवण्यासाठी जितक्या सुचतील तितक्या उपाययोजना सांगायच्या होत्या. या वेळी समस्या होती, एका विटांच्या भट्टीतून इतक्या मोठ्या प्रमाणात विटांचं उत्पादन झालं की, आता त्या विटा चालू बाजारात विकणं अशक्य होतं. सिमेंटने भिंती बांधण्याव्यतिरिक्त अजून कुठं या विटांचा वापर करता येईल, यावर कंपनीचा विचार चालला होता. या समस्येवर उपाय सुचवण्यासाठी विचारमंथनामध्ये सहभागी लोकांना वीस मिनिटांचा अवधी दिला होता. वीस मिनिटांमध्ये जितक्या जास्त शक्य आहेत, तितक्या जास्त कल्पना मांडायच्या होत्या. *सर्वांत जास्त* कल्पना किंवा उत्तर कोणत्या टेबलावरून सुचवल्या जातात, यात सगळ्यांमध्ये चुरस होती.

प्रत्येक टेबलावर एका व्यक्तीची नेमणूक केली होती, ज्यांचं काम टेबलावरील सदस्य त्यांना सुचलेली कल्पना सांगताच ती टिपून घेणं हेच होतं. प्रत्येक गटातील व्यक्ती या साधारण सारख्याच पदावर असतील, अशा तऱ्हेनं गट पाडण्यात आले होते. काही टेबलांवर फक्त मॅनेजर

किंवा एक्झिक्युटिव्हच बसवले होते, तर काही टेबलावार टेक्निशिअन्स बसले होते आणि मला आठवतंय, एक गट सचिवांचा होता, ज्यात सात महिला सदस्य होत्या.

प्रमाण विरुद्ध दर्जा

आयबीएमची अशी चर्चासत्र घेत मी देशभर फिरत असताना, एका टेबलवरून सरासरी सत्तर ते ऐंशी कल्पना निघतात, असं माझ्या लक्षात आलं; पण हे चर्चासत्र त्याला अपवाद ठरलं. जास्तीच्या विटांचं काय करता येईल, यासंदर्भात महिला सचिवांच्या टेबलावरून तब्बल दोनशे कल्पना पुढे आल्या. वीस मिनिटांमध्ये इतक्या कल्पना सांगितल्या गेल्या की, सात जणींपैकी तीन जणींना त्या कल्पना टिपून घेण्यासाठी थांबावं लागलं. वरिष्ठ अधिकारी किंवा अनुभवी व्यवस्थापक यांच्यापुढे या महिला सचिवांच्या कल्पना अधिक सर्जक आणि सरस ठरल्या.

महत्त्वाचा मुद्दा हाच आहे की, तुम्ही तुमच्या कर्मचाऱ्यांच्या सर्जनशीलतेला कधीही कमी लेखता कामा नये. कधी कधी साधी वाटणारी एखादी व्यक्ती अशी कल्पना मांडते किंवा असा विचार सांगून जाते की, त्यानं तुमच्या व्यवसायाची दिशाच पूर्ण बदलून जाते, त्यामुळे प्रत्येक व्यक्तीची सर्जनशीलता शोधत राहा.

विचारमंथनाच्या प्रक्रियेचे सात विभाग

१. *योग्य आकाराचे गट तयार करा.* विचारमंथन व्यवस्थित होण्यासाठी गटातील सदस्यांची योग्य संख्या कमीत कमी चार ते जास्तीत जास्त सात हवी. चारपेक्षा कमी किंवा सातपेक्षा जास्त सदस्य एकमेकांना पुरेसे विचार किंवा कल्पना मांडण्याची व्यवस्थित संधी देऊ शकत नाही.

२. *प्रत्येक गटासाठी एक प्रमुख आणि एक लेखनिक नियुक्त करा.* सराव चालू ठेवणं, प्रत्येक सदस्याला समान संधी मिळू देणं

आणि कोणा एकाचीच मक्तेदारी राहू न देणं हे गटप्रमुखाचं काम आहे तर कल्पना सुचताक्षणीच त्या टिपून घेणं हे लेखनिकाचं काम आहे. सत्र सुरू होण्याच्याआधीच गटांना त्यांच्यातील प्रमुख आणि लेखनिक निवडायची संधी द्या.

३. *विचारमंथनाच्या सरावासाठी एक ठरावीक कालावधी निश्चित करा.* पंधरा ते पंचेचाळीस मिनिटांचा कालावधी उत्तम ठरतो. विचारमंथन वेळेवर सुरू करून वेळेत संपवा. वेळेचं बंधन असेल तर लोक पटकन लक्ष एकाग्र करू शकतात आणि त्यांच्याकडील उत्तमोत्तम कल्पना देण्याचा जास्तीत जास्त प्रयत्न करतात.

४. *व्यावहारिक उत्तर हवं असलेल्या काही विशिष्ट समस्यांची किंवा प्रश्नाची निवड या सरावासाठी करा.* 'आपण ग्राहकांच्या प्रतिसादाची वारंवारिता कशी वाढवू शकतो?' यापेक्षा 'आपण ग्राहकाला खूश कसं करू शकतो,' हे विचारणं केव्हाही चांगलं. जितका प्रश्न अचूक असेल, तितकं मौलिक उत्तर त्यासाठी मिळेल.

५. *कल्पनांच्या दर्जापेक्षा त्यांच्या संख्येकडे लक्ष केंद्रित करा.* विचारमंथन करण्यासाठी जितका वेळ दिला असेल, तेवढ्या वेळात जास्तीत जास्त कल्पना शक्य तितक्या लवकर त्या सुचवाव्यात यासाठी एखादी स्पर्धा किंवा खेळ ठेवा.

६. *सगळ्या अंदाजांना दूर करा.* कल्पना सुचण्यावर आणि निर्धारित वेळेकडे लक्ष द्या. सत्राच्या दरम्यान कोणत्याही कल्पनेची खिल्ली उडवणं किंवा त्यावर टीका करणं करू नका किंवा त्याचे मूल्यांकनही करू नका. भन्नाट, विनोदी कल्पनांना वाव द्या, 'चौकटीबाहेर जाऊन' विचार करण्यासाठी प्रोत्साहन द्या. इतरांनी सांगितलेल्या कल्पनांची पुनर्रचना करा, त्यांच्यामध्ये

अजून भर घाला, त्या सगळ्या कल्पनांना एकमेकांमध्ये मिसळून काही आणखी नवीन कल्पना तयार होतात का ते पाहा. सहभागी झालेले लोक जर खळखळून हसत नसतील, त्यांना मजा येत नसेल, तर मात्र तुमचं काहीतरी चुकतंय.

७. *जमा झालेल्या सगळ्या कल्पनांचं सत्राच्या नंतर एकत्रच मूल्यांकन करा.* ही पायरी महत्त्वाची आहे. कारण, त्यामुळे अहंकाराला जागा उरत नाही. सहभागी झालेल्या कोणालातरी बरोबर आणि कोणाच्या तरी मताला जास्त महत्त्व दिलं असं वाटत नाही.

विचारमंथन कशा पद्धतीनं काम करतं?

विशिष्ट समस्येवर किंवा विशिष्ट प्रश्नावर उत्तर म्हणून पन्नास ते सत्तर कल्पना टेबलवर जमल्या म्हणजे थांबायचं आणि थोडा वेळ विश्रांती घ्यायची. विश्रांती नंतर, प्रत्येक टेबलावरच्या लेखनिकानं त्यांच्या कल्पना पुढच्या टेबलवरच्या प्रमुखाला द्यायच्या. त्या प्रमुखानं मग जमलेल्या त्यातल्या प्रत्येक कल्पनेवर आणि त्याच्या गुणवत्तेवर सविस्तर चर्चा करायची.

अशा वेळी एका टेबलावरच्या कल्पनांची दुसऱ्या टेबलावरच्या गटानं चर्चा करायच्या पद्धतीमुळे कोणाच्याही *अहंकाराला धक्का लागत नाही.* सत्राच्या शेवटी, एकमतानं निवडल्या गेलेल्या उत्तम कल्पना नंतर वरिष्ठांसमोर मांडल्या जातात.

एका गटात आठपेक्षा जास्त सदस्य असतानाही मी सत्र घेतली आहेत. अशा वेळी तुम्हाला त्या गटाचेही दोन किंवा अधिक गट बनवावे लागतात. मग प्रत्येक गट दुसऱ्या गटाकडून आलेल्या कल्पनांचं मूल्यमापन करतो.

विचारमंथनाचे फायदे

विचारमंथनाचे असंख्य फायदे आहेत. विचारमंथनानं लोकांची कामातील समरसता, विश्वास, बांधिलकी आणि काम करण्याचा उत्साह वाढतो. विचारमंथनामध्ये सामील झाल्यामुळे लोकांमध्ये लपलेल्या सर्जनशीलतेला वाव मिळतो. लोकांना त्यांची मतं, त्यांच्या कल्पना विचारल्यामुळे आणि ती मांडण्यासाठी आग्रह केल्यामुळे त्यांचा स्वाभिमान उंचावतो.

सहकार्य आणि संघभावनेला पोषक वातावरण या विचारमंथनाच्या माध्यमातून तुम्ही तयार करू शकता. या सत्रातून अनेक लोक एकत्र आल्यामुळे त्यांच्यातील मैत्रीचं नातं घट्ट व्हायला, त्यांची संभाषणकला सुधारायला मदत होते. सर्वांत महत्त्वाचं म्हणजे तुमच्याकडे अनेक उत्तम कल्पना गोळा होतात, ज्या पुढं जाऊन तुमच्या व्यवसायाची दिशाच बदलून टाकू शकतात. विचारमंथनांच्या सत्रातून मिळालेल्या कल्पनांनी कंपनीची विक्री आणि नफा कित्येक पटींनी वाढतो, असा माझा आजपर्यंतचा अनुभव आहे.

व्यवस्थापक म्हणून नियमितपणे विचारमंथन सत्र आयोजित करण्याची खरी जबाबदारी तुमची आहे. तुमची अशी काही सत्र करत नसाल, तर तुम्ही व्यवस्थापनाच्या प्रभावी साधनाला दुर्लक्षित करत आहात आणि कंपनीतील अनेक माणसांची अमूल्य बुद्धिमत्ता वाया घालवत आहात.

आठवड्यातून एकदा तुम्ही नियमितपणे अशी सत्र घेतलीत, तर एक सर्वसाधारण कर्मचाऱ्याकडून किती चांगले विचार येऊ शकतात, हे बघून हैराण व्हाल, या विचारांच्या मदतीनं कंपनी उत्तम रीतीनं चालण्यासाठी मदत करू शकता हे पाहून तुम्ही अचंबित व्हाल.

कृती कार्यक्रम

१. या प्रकरणात सांगितलेल्या पद्धतीनं तुम्ही एक तरी विचारमंथन सत्र आयोजित कराल, असा निश्चय मनाशी आजच करा. नक्की काय करायचं आहे आणि कशा प्रकारे करायचं आहे, हे प्रत्येक व्यक्तीला कळावं म्हणून त्या सूचना लिहून काढा.

२. आजपासून, कोणतीही समस्या किंवा अडचण आली, तर आधी विचारमंथनासाठी लोकांना बोलवा. लोकांना विविध कल्पना सुचवण्यासाठी पंधरा ते पंचेचाळीस मिनिटं द्या. सगळं लक्ष त्या समस्येवर एकाग्र करून जास्तीत जास्त उपाय शोधण्याचा प्रयत्न करा. मिळालेली उत्तरं पाहून तुम्ही आश्चर्यचकित व्हाल!

१७

मार्गदर्शक व्हा

कोणतंही काम मनुष्य एकट्यानं पूर्ण करू शकत नाही. प्रत्येक यशस्वी माणसाच्या यशात त्याला आजवरच्या प्रवासात भेटलेल्या व्यक्तींचा अनुभव, शहाणपण, कल्पना, सल्ले, सूचना आणि मार्गदर्शनाचा मोठा वाटा असतो. कधी कधी हे मार्गदर्शन थेट व्यक्तीनं व्यक्तीला केलेलं असतं. त्या व्यक्तीला समोर बसवून, तिच्यामध्ये काय उणिवा आहेत आणि सुधारणेला कुठं वाव आहे, हे चर्चेद्वारे शोधून काढणं आणि त्या क्षेत्रात नवीन विचारांवर आणि कौशल्यांवर अंमलबजावणी करणं.

कधी कधी मार्गदर्शन *अप्रत्यक्षपणे* केलं जातं. अनुभवी आणि तज्ज्ञ अशा वरिष्ठ व्यक्तींसोबत काम केल्यानं, ते कशा रीतीनं जबाबदाऱ्या पार पाडतात आणि आपलं काम कसं करतात, याचं निरीक्षण करूनही खूप काही शिकता येतं. माझं सांगायचं झालं तर मला असेच एक वरिष्ठ कार्यकारी अधिकारी उत्कृष्ट मार्गदर्शक म्हणून मिळाले, ज्यांनी मला कधीच प्रत्यक्ष मार्गदर्शन केलं नाही. मीटिंग्जमध्ये काही ठळक विषय चर्चिले जात असतील किंवा काही महत्त्वाचे निर्णय घेतले जात असतील तर अशा मीटिंग्जना ते मला हजेरी लावू देत असे. त्याच्याकडे पाहून, त्याचं निरीक्षण करून मी जे काही शिकलो, ते मी आजतागायत विसरलेलो नाही.

सक्रिय सहभाग घ्या

कार्यकालीन जगतात, खूप शक्तिशाली प्रेरणा देणाऱ्या घटकांपैकी एक म्हणजे तुमच्या हाताखालच्या लोकांच्या करिअरमध्ये तुमचा सक्रिय सहभाग असू द्या. तुम्हाला अनेक कामं असल्यामुळे कनिष्ठ कर्मचाऱ्यांसोबत जास्त वेळ घालवणं कदाचित तुम्हाला जमणार नाही. याऐवजी, तुम्ही काही मिनिटांचा वेळ काढून, त्यांना योग्य दिशा दाखवून त्यांचे मार्गदर्शक बनू शकता.

जर तुम्हाला मनापासून मार्गदर्शक बनायचं असेल, तर तुमच्या कंपनीमधील एक-दोन लोकांना निवडा आणि त्यांचे मित्र, प्रशिक्षक, समुपदेशक, मार्गदर्शक बना. हे लोक तुमच्या विभागातील असतील किंवा कंपनीमधील दुसऱ्या विभागातील असतील. कंपनीमध्ये गुणी, महत्त्वाकांक्षी तरुण भरती करणं, त्यांना आवश्यक ते मार्गदर्शन करणं आणि त्यांना त्यांच्या करिअरमध्ये मदत करणं, हे वरिष्ठ व्यवस्थापक म्हणून तुमचं कर्तव्य आहे.

वरिष्ठ, अनुभवी व्यक्तीकडून मिळालेलं मार्गदर्शन हे कर्मचाऱ्यांचा आत्मविश्वास, स्वप्रतिमा आणि स्वाभिमान उंचावतो आणि आपण कोणी महत्त्वाचे आहोत, असं वाटायला लागून तो अधिक समरसतेनं काम करतो. कर्मचाऱ्याची त्याच्या कामाशी आणि कंपनीशी असलेली बांधिलकी अधिक दृढ होते. वरिष्ठ अधिकाऱ्याचं तुमच्यावर असलेलं लक्ष ही वैयक्तिक प्रगती आणि कार्यक्षमता यांच्यामागची महत्त्वाची प्रेरणा असते.

लक्ष देणं म्हणजे एखाद्या गोष्टीला महत्त्व देणं

जेव्हा आपण एखाद्याच्या बोलण्याकडे मनापासून लक्ष देतो, तेव्हा आपण त्या व्यक्तीला किंमत देत असतो, हा साधा नियम आहे. त्या व्यक्तीचा स्वभिमान वाढविण्यासाठी आणि आपण एका परीनं मदतच करत असतो. जेव्हा तुम्ही तुमच्या स्टाफमधील तरुण, कनिष्ठ लोकांना

महत्त्व देता आणि त्यांच्या आयुष्यात, भविष्याबाबत तुमचा असलेला रस दर्शवता, तेव्हा ते तुमच्याशी अधिकाधिक इमानदार राहतात, कामाशी बांधील राहतात आणि उत्तम प्रकारे काम करतात.

आज कितीतरी यशस्वी अधिकारी सांगतात की, दुसऱ्या अधिकाऱ्यानं त्यांच्या प्रगतीमध्ये रुची दाखवली, ज्यामुळे त्यांच्या आयुष्यात आणि कामात खूप बदल घडून आला. हे तुमच्या बाबतीतही घडू शकतं.

तुम्ही व्यवस्थापक म्हणून यशस्वी ठरलात, असं तेव्हाच म्हणता येईल, जेव्हा जास्तीत जास्त लोक तुमच्याबद्दल बोलतील, 'आज आम्ही जे काही आहोत ते या व्यक्तीमुळे आहोत.' ज्या व्यक्तींना तुम्ही वर्षानुवर्ष मार्गदर्शन केलं, त्या व्यक्तींना आज यशस्वी होताना पाहून मिळणारं समाधान सर्वांत जास्त सुखावणारं आहे, असं अनेक वरिष्ठ व्यवस्थापकांना वाटतं.

मार्गदर्शनातील महत्त्वाच्या गोष्टी

काही कनिष्ठ लोकांना निवडून त्यांना त्यांच्या उज्ज्वल प्रगतीसाठी, वाटचालीसाठी सतत सल्ले देत राहणं म्हणजे मार्गदर्शन करणं असं नाही. मार्गदर्शन करणं तुम्हाला वाटतं तितकं सोपं नाहीये. त्यातली पहिली गोष्ट म्हणजे एकमेकांमधील केमिस्ट्री किंवा परस्परपूरकता. मार्गदर्शक आणि विद्यार्थी/शिष्य हे नातं टिकण्यासाठी दोघांमधील नातं एकमेकांना पूरक, खेळीमेळीच आणि मोकळं असायला हवं.

मी पूर्वी अनेक मार्गदर्शक शोधले; पण आम्ही एकमेकांसाठी पूरक नाही, हे आम्हाला पहिल्या भेटीतच कळून आलं. आम्ही परस्परांशी व्यवस्थित मोकळेपणाने बोलू शकलो नाही. हळूहळू आम्हाला कळलं की गुरू-शिष्य म्हणून आम्ही विजोड आहोत.

पूर्वी काही लोकांनी मलाही त्यांचं मार्गदर्शक व्हावं म्हणून विनंती केली होती. यातल्या मोजक्या लोकांचा काही महिने आणि काही वर्षं मी

मार्गदर्शक झालो आणि त्यांना मार्गदर्शन केलं. इतर लोकांना पहिल्यांदा भेटलो तेव्हाच मला कळलं की, आमची गुरू-शिष्य म्हणून जोडी जुळणं अशक्य आहे म्हणून अशा लोकांना मी नम्रपणे नकार दिला.

कामातून वेळ काढा

तुमच्याहून वरिष्ठ व्यक्तीचं मार्गदर्शन मिळवण्याची तुमची इच्छा असेल, तर तुम्ही त्यांच्याबरोबर एक कप कॉफी घेण्यापासून सुरुवात करा. शांतपणे बसून त्यांना सांगा की, तुमच्या कारकिर्दीसाठी त्यांचं मार्गदर्शन आणि सल्ला मिळाला, तर तुम्हाला आनंद होईल. तुम्हाला विद्यार्थी म्हणून स्वीकारायला तुमचा मार्गदर्शक तयार झाला आणि तुमचं एकमेकांशी जमतंय असं वाटलं, तर उत्तम. मात्र सतत प्रश्न विचारून त्यांना भंडावून सोडू नका. तुमचं मार्गदर्शनाचं सत्र दहा मिनिटांपेक्षा जास्त राहणार नाही, याकडे लक्ष द्या.

तुमच्या मार्गदर्शकाला भेटण्यापूर्वी तुम्हाला ज्या विषयांवर चर्चा करायची आहे, जे काही प्रश्न विचारायचे आहेत, जे म्हणणं मांडायचं आहे, त्याची एक यादी तयार करा. त्या यादीची एक प्रत मार्गदर्शकासाठीसुद्धा ठेवा. तुमच्या मार्गदर्शकानं एखादं पुस्तक वाचायचा किंवा एखादा कोर्स करायचा सल्ला दिला तर त्यांच्या सल्ल्याची त्वरित दखल घेऊन त्यानुसार कृती करा. पुढच्या भेटीत तुमच्या मार्गदर्शकाला त्यांच्या सल्ल्यानुसार वागल्यानं तुम्हाला काय काय फायदा झाला हे सांगा. मार्गदर्शकानं तुमच्यासाठी वेळ काढणं आणि तुमच्यावर परिश्रम घेणं ही तुमच्या भविष्यातील उत्तम गुंतवणूक ठरली, हे तुमच्या मार्गदर्शकाला सांगा.

तुमच्या विद्यार्थ्यांना मार्गदर्शन करा

जेव्हा तुम्ही मार्गदर्शक बनाल, तेव्हा मार्गदर्शन करण्यातील वर तुम्हाला सांगितलेले नियम आणि अटी तुमच्या विद्यार्थ्यांना समजावून सांगा. विद्यार्थ्यांना प्रश्नांची, समस्यांची यादी घेऊन यायला लावा. तुमची

चर्चा दहा मिनिटांचीही ठेवू शकता; पण तुमच्याकडे वेळ असेल तर चर्चा लांबली तरी हरकत नाही; पण शक्यतो सुरू करण्याच्या आणि थांबण्याच्या वेळा पाळा. मीटिंग सुरू करण्याच्या आणि संपवण्याच्या बाबतीत वक्तशीर राहा.

पार्किन्सन्सच्या नियमानुसार, 'कामासाठी जितका वेळ राखून ठेवाल तितकं ते काम पसरतं.' चर्चेसाठी तुम्ही दहा किंवा पंधरा मिनिटं ठरवली आहेत आणि विद्यार्थ्यालाही तशी कल्पना दिलेली आहे, अशा स्थितीत किती मुद्देसूदपणे योग्य ती चर्चा घडू शकते हे बघून तुम्ही आश्चर्यचकित व्हाल.

मार्गदर्शन घेणं आणि मार्गदर्शन करणं हे दोन्ही तुमच्या आयुष्यातले तुम्हाला अत्यंत समृद्ध करणारे अनुभव असू शकतात. एक मार्गदर्शक म्हणून तुमचा तुमच्या कनिष्ठ कर्मचाऱ्यांवर कित्येक वर्षं प्रभाव राहील आणि आयुष्यभर ते तुम्हाला लक्षात ठेवतील.

कृती कार्यक्रम

१. अशा एका व्यक्तीला निवडा ज्याच्यामध्ये उत्कृष्ट काम करण्याची क्षमता आहे. त्याला आठवड्यातून निदान एकदा तरी दहा मिनिटं भेटा. त्या माणसाच्या करिअरसाठी लागेल ती मदत त्याला देऊ करा.

२. तुमच्या क्षेत्रातील तुम्हाला आदर्शवत असणारी, तुम्हाला आवडणारी, तुमच्यापेक्षा ज्ञानी आणि अनुभवी असेल, अशी एखादी व्यक्ती शोधा. त्या व्यक्तीला तुमच्यासोबत कॉफी प्यायला न्या. ती व्यक्ती महिन्यातून एकदा किंवा दोनदा तुम्हाला मार्गदर्शन करू शकेल का हे विचारा. न जाणो, एका सर्वांगसुंदर मैत्रीची ही सुरुवातही ठरू शकेल.

१८

स्वतःच एक उदाहरण बना

स्वतःच्या कामानं इतरांसमोर उदाहरण घालून देणं आणि तुमच्या कर्मचाऱ्यांसमोर आदर्शवत होणं, या व्यवस्थापक म्हणून तुमच्या जबाबदाऱ्या आहेत. कर्मचारी ज्या व्यक्तीला प्रेरणास्रोत मानतात आणि त्या व्यक्तीचा आदर करतात ती व्यक्ती बनणं म्हणजेच त्यांच्या स्वत्वाला योग्य प्रकारे घडवण्यास मदत करणंच आहे.

स्वतःच एक उदाहरण होणं ही व्यवस्थापनातील अत्यावश्यक गोष्ट आहे आणि उत्तम नेतृत्वासाठीची ती प्राथमिक गरज आहे. ऑफिसमध्ये कर्मचाऱ्यांचं चरित्र आणि कंपनीतील लोकांची कार्यक्षमता ही व्यवस्थापनाची कार्यपद्धती, तुमच्यासह सर्व व्यवस्थापकांची वागणूक, त्यांची कामातील समरसता, निष्ठा आणि कामाची गुणवत्ता यांपेक्षा उच्च आणि महत्त्वाचं असतं.

तुम्ही काहीही करा, तुम्ही इतरांचं मनोधैर्य *वाढवू* शकत नाही. मनोधैर्य उच्च व्यवस्थापनातूनच ते खालच्या सर्व पातळीच्या लोकांपर्यंत झिरपत येतं. व्यवस्थापकाच्या किंवा प्रमुखाच्या व्यक्तिमत्त्व आणि स्वभाववैशिष्ट्य यांच्यावर कर्मचाऱ्यांचं मनोधैर्य कसं असेल हे अवलंबून असतं. व्यवस्थापकांचे शब्द म्हणजे त्याचं बोलणं आणि त्यांची कृती

त्या पूर्ण विभागाचा स्वभाव बनतात. मग तो सकारात्मक असो वा नकारात्मक, उत्पादनक्षम असो वा आळशी.

मोठा प्रश्न

तुम्हाला स्वतःला एक महत्त्वाचा प्रश्न विचारायचा आहे, 'जर कंपनीमधील सगळेच्या सगळे जण स्वभावानं जर माझ्याचसारखे असतील, तर माझी कंपनी कशी असेल?'

व्यवस्थापक कर्मचाऱ्यांना जशी वागणूक देतात, तशीच वागणूक कर्मचारी त्यांच्या ग्राहकांना देतात, असं व्यवसायातील एक सर्वमान्य तत्त्व आहे. जेव्हा कधी तुम्हाला उत्कृष्ट ग्राहकसेवा अनुभवायला मिळेल, तेव्हा पडद्यामागचा खरा सूत्रधार एक कुशल व्यवस्थापक आहे आणि तो त्याच्या माणसांची योग्य प्रकारे काळजी घेतो, असं समजून चालायला हरकत नाही. कधी वाईट सेवा मिळाली, तर समजा की व्यवस्थापकाची मनोवृत्ती अत्यंत वाईट किंवा नकारात्मक आहे. कर्मचाऱ्यांना मिळालेल्या वाईट वागणुकीचा राग ते व्यवस्थापकावर काढू शकत नाहीत, मग तो राग ग्राहकांवर निघतो. जरा जवळून पाहिलंत तर हेच तुम्हाला सर्वत्र आढळून येईल.

कर्मचाऱ्यांसोबत वावरताना, काम करताना स्वतःचं चांगलं, मैत्रीपूर्ण आणि आधार देणारं व्यक्तिमत्त्व घडवणं, हाच यावरचा उपाय आहे. तुम्ही एक सकारात्मक, आनंदी-उत्साही आणि आत्मविश्वासपूर्ण व्यक्ती होऊन तुम्ही कंपनीमधील व्यावसायिक वातावरण आनंदी, हलकं फुलकं असं ठेवू शकता.

कामाच्या ठिकाणी तुमच्या वरिष्ठांच्या (आणि वरिष्ठ करतात ती प्रत्येक कृती) प्रत्येक वागणुकीचा पडसाद स्टाफच्या विचारांवर, भावनांवर, दृष्टिकोनांवर आणि वर्तनावर उमटत असतात. वरिष्ठांकडून मिळालेला एकच प्रोत्साहनाचा शब्द माणसाला आनंदित करतो आणि त्याच्या कामाची गती वाढवतो; पण वरिष्ठांकडून खावी लागलेली बोलणी किंवा त्यांची नाराजी कर्मचाऱ्याला कामाविषयी उदासीन, असुरक्षित करते

आणि त्यांचा उरलेला दिवस ते काम न करता घालवतात. व्यवस्थापक म्हणून तुम्ही जे काही बोलता, ज्या पद्धतीनं बोलता आणि जे काही करता त्या सगळ्यांचा इतर लोकांवर खोलवर परिणाम होत असतो.

प्रत्येक जण बघत आहे

ऑफिसमधील सगळ्या लोकांचं लक्ष नेहमी बॉस काय करतो, याकडे असतं. लोक डोळ्यांच्या कोपऱ्यातून तुमच्याकडे पाहत असतात. तुम्ही कोणाला काही बोललात की, क्षणार्धात ते सगळीकडे पसरतं. सगळ्यांना सगळं माहीत असतं. कोणत्याही संस्थेत किंवा कंपनीमध्ये कोणतीही गोष्ट लपून राहत नाही. अगदी सहजपणे तुम्ही एखाद्याविषयी काही बोललात, मग ते चांगलं असो वा वाईट असो, ते तुम्हाला कळायच्या आत त्या व्यक्तीपर्यंत पोहोचलेलं असतं आणि तेही बऱ्याचदा विपर्यास होऊन.

मीटिंगमध्ये तुम्ही केंद्रस्थानी असता. सगळे तुम्हाला पाहत असतात. प्रत्येक व्यक्ती तुम्ही सांगितलेली प्रत्येक गोष्ट आणि तुम्ही केलेल्या प्रत्येक कामाबद्दल जागरूक असतेच; पण त्याबरोबर त्या गोष्टींसाठीसुद्धा ज्यांना तुम्ही करणं किंवा सांगणं तुमच्याकडून राहून जातं.

स्वतः उदाहरणस्वरूप बनायचा सर्वांत चांगला मार्ग कोणता असेल, तर तो म्हणजे सकारात्मक विचारसरणी. कोणत्याही कर्मचाऱ्याशी कोणत्याही कर्माचाऱ्याबद्दल बोलताना सकारात्मक आणि मनोबल वाढवणारा स्वर ठेवा. जेव्हा लोकांच्या अनुपस्थितीत तुम्ही त्याचं कौतुक करता, तेव्हा ते त्यांच्यापर्यंत वेगानं पोहोचतं आणि त्याचा स्वाभिमान, स्व-प्रतिमा उंचवायला खूपच मदत होते.

कसोटीचा काळ

तुमची खरी कसोटी तेव्हा लागते जेव्हा हे सगळं करताना गोष्टी मनासारख्या न होता चुकतच जातात. जेव्हा काही गंभीर अडचण उद्‌भवते, तुम्ही तणावाखाली असता, कंपनीला काही प्रकारचा धक्का

बसतो आणि मोठे बदल घडतात, तेव्हाचा काळ हा तुमची परीक्षा पाहणारा असतो. त्याला 'कसोटीचा काळ' असंच म्हणायला हवं. याच काळात तुमच्या व्यक्तिमत्त्वातील खरे गुण निदर्शनास येतात. तुमचं अंतरंग अशा प्रसंगांमध्ये सगळ्यांना दिसून येत असतं.

२०१०मध्ये मला घशाचा कर्करोग झाल्याचं निदान झालं. ज्या माणसानं केवळ व्यावसायिक चर्चासत्र, व्याख्यानं, व्हिडिओ रेकॉर्डिंग याच्या भांडवलावर वीस लोकांना कामावर ठेवलं आहे, अशा माझ्यासारख्या माणसाला गळ्याचा कॅन्सर होणं हा खूपच मोठा धक्का होता.

त्याचवेळी माझ्या मनात असाही विचार आला की, या बातमीनं माझ्या स्टाफवरही परिणाम होईल. त्यांच्या नोकरीची चिंता त्यांना भेडसावू लागेल. लोक आधी स्वतःच्या पगाराचा विचार करणार!

नशिबानं मला उत्तमातले उत्तम डॉक्टर मिळाले आणि कर्करोगही बरा होण्यासारखा होता. रोगाच्या प्राथमिक अवस्थेतच त्याचं निदान झालं होतं. शस्त्रक्रिया, केमोथेरपी, रेडिएशन थेरपी या सगळ्या दिव्यांमधून मला जावं लागणार होतं; पण जीवावरचा धोका नव्हता.

मला माझ्या परिस्थितीचं गांभीर्य कळलं, आठवड्यातून एकदा ऑफिसला जाऊन प्रत्येकाशी आवर्जून बोलायची सवय मी स्वतःला लावून घेतली. मी आनंदी, सकारात्मक आणि उत्साही राहू लागलो. मला काय झालं आहे, त्यावर उपचार काय आहेत, त्यातून काय घडू शकतं, माझा आवाज कधी आणि किती काळासाठी जाऊ शकतो या आणि अशासारख्या काही महत्त्वाच्या गोष्टी मी त्यांना मोकळेपणानं सांगितल्या.

त्याचा परिणाम म्हणजे लोकांना काळजी वाटत असली तरी ते कामाच्या बाबतीत सकारात्मक राहिले आणि त्यांनी व्यवसाय व्यवस्थित सांभाळला. जणू काही झालेलंच नाही, अशा थाटात ते आपापलं काम चांगल्या रीतीनं करत राहिले.

स्वतःमधील गुण दर्शवण्याची संधी

व्यवसायात काही समस्या आली किंवा काही संकटं आलं, तर लक्षात ठेवा सगळ्या कर्मचाऱ्यांचं तुमच्यावर लक्ष आहे. प्रमुख म्हणून तुमच्यातील नेतृत्वगुण आणि तुमचा खरा स्वभाव दाखवण्याची ही संधी आहे. तुमचं काम अशा नकारात्मक परिस्थितीला नकारात्मक प्रतिक्रिया देणं हे नाही तर कोणत्याही परिस्थितीमुळे निराश न होता त्या परिस्थितीला शांतपणे आणि प्रभावीपणे हाताळून, आपल्या आजूबाजूच्या लोकांना संकटावर मात करण्याचे मार्ग शोधून काढायला लावून स्वतःचं काम अधिक चांगल्या पद्धतीनं करायला प्रवृत्त करणं हे आहे.

नेता किंवा गटप्रमुख म्हणून तुमच्या हाताखालच्या लोकांकडून काही अपेक्षा असतील, जसं त्यांनी वेळ पाळावी, कार्यक्षम, कार्यतत्पर असावं तर तुम्ही स्वतःसुद्धा वेळ पाळणारे, कार्यक्षम, कार्यतत्पर असणं गरजेचं आहे. स्वतःच्या वेळेचं नियोजन करा, तुमच्या महत्त्वाच्या कामांवर लक्ष केंद्रित करा आणि मेहनत करा. सर्वांना तुमच्यातील परिश्रम आणि उद्यमशीलता हे गुण दाखवून द्या. तुम्ही तुमच्या दैनंदिन कामात जेवढी कार्यक्षमता दाखवता, त्याहून अधिक कार्यक्षमता तुमच्या हाताखालच्या लोकांमध्ये अपेक्षित धरू नका.

एक व्यवस्थापक म्हणून धाडसी आणि निर्णयक्षम व्हा. एखाद्या तत्त्वासाठी गरज पडेल, तेव्हा तुमच्या लोकांच्या पाठीशी जरूर ठामपणे उभे राहा, निर्णय घ्यायला कचरू नका. तुम्ही केलेल्या कृती मागील कारणमीमांसा स्पष्ट करून सांगा. कल्पना करा की, सगळे कर्मचारी तुम्ही करत असलेल्या प्रत्येक कृतीचं बारकाईनं निरीक्षण करूनच स्वतःची वर्तणूक ठरवत असतो. त्यांच्यासमोर तुमच्या रूपानं एक चांगलं उदाहरण घालून द्या. जर सगळे कर्मचारी तुमच्या इतके कार्यक्षम झाले आणि तुमच्याप्रमाणे वागू लागले, तर कंपनी अव्वल नंबरपर्यंत पोहोचायला वेळ लागणार नाही.

कृती कार्यक्रम

१. व्यवस्थापक म्हणून तुमची गुणवत्ता सिद्ध करणारं एक असं स्वभाव वैशिष्ट्य तुम्ही निवडा जे वैशिष्ट्य सगळ्यांना मदत करणारं ठरेल उदा. वक्तशीरपणा.

२. काहीही चुकीचं घडलं तरी मी शांत, सकारात्मक आणि उत्साही राहीन, असा मनाशी निश्चय करा. लक्षात ठेवा सगळे जण तुमचं निरीक्षण करत आहेत.

१९

कर्मचाऱ्यांचं म्हणणं ऐका

उत्तम नेता हा उत्तम श्रोताही असावा लागतो. कुशल नेते जितकं बोलतात, त्यापेक्षा दुप्पट ऐकत असतात. प्रश्न विचारणं आणि बोलणं यांचं प्रमाण त्यांच्यामध्ये व्यस्त असतं. ते त्यांच्या कर्मचाऱ्यांना खूप प्रश्न विचारतात आणि त्यांना नियमितपणे काही ना काही प्रश्न विचारून उत्तरांमधून व्यक्त व्हायची संधी देत असतात.

कर्मचारी त्यांच्या व्यवस्थापकांपुढे किती मोकळेपणानं आणि आपल्याला दुर्लक्षित केलं जाणार नाही, या निर्भिडतेनं आपले विचार, कल्पना मांडू शकतो. या मोकळेपणावरूनच त्यांच्यातील नात्याची गुणवत्ता सहज कळून येते.

GreatPlacetoWork.com या साईटच्या वार्षिक अभ्यासातून असं लक्षात आलं की, सर्वोत्तम कंपन्यांचं एक वैशिष्ट्य म्हणजे या कंपन्यांमध्ये परस्परांमधील *विश्वास* अतिशय गाढ असतो. विश्वास म्हणजे तरी नक्की काय? 'माझी नोकरी जाईल किंवा माझ्यावर टीका केली जाईल, अशी भीती न बाळगता, मी माझी मतं व्यवस्थापकांसमोर मोकळेपणानं मांडू शकतो ही भावना.'

श्रोत्याची भूमिका जास्त परिणामकारक असते

ऐकून घेणं या वृत्तीला 'श्वेत जादू' असं म्हणता येईल. लोकांना स्वतःबद्दल चांगली भावना निर्माण होण्यात या गुणाचा मोठा वाटा आहे. तुम्ही लोकांचं म्हणणं ऐकून घेत असता, तेव्हा अप्रत्यक्षपणे तुम्ही त्यांना किंमत देत असता. आपण कोणासाठीतरी महत्त्वाचे आहोत, ही भावना खूपच छान असते.

सर्वसाधारणपणे स्टाफ आणि वरिष्ठ यांच्याशी चर्चा, बोलणी, मीटिंग्ज करण्यात व्यवस्थापकांचा ६० टक्क्यांपेक्षा जास्त वेळ जातो. या सगळ्यामध्ये तुम्ही जितकं जास्त ऐकाल, तितके तुम्ही आजूबाजूला घडणाऱ्या घटनांबद्दल जागरूक असाल. नक्की समस्या काय आहेत, नक्की अडचण कुठं येतं आहे, याचं आकलन झाल्यानं तुम्हाला पटकन त्यावर काही उपाययोजना करून गोष्टी वेळेत हातावेगळ्या करता येतील. तुमच्या उपस्थितीमध्ये कर्मचारी अधिक तणावरहित आणि आश्वस्त होतील.

परिणामकारक श्रोतृत्वासाठी चार कानमंत्र

उत्तम श्रोतृत्व अंगी बाणवण्यासाठी तुम्हाला चार गोष्टी शिकणं आवश्यक आहे – अ) लक्ष देऊन ऐका ब) विश्राम घ्या क) स्पष्टता येण्यासाठी प्रश्न विचारणं आणि ड) भावानुवाद करा

लक्ष देऊन ऐका

थोडसं पुढे झुकून, समोरची व्यक्ती काय सांगत आहे, ते लक्षपूर्वक ऐका. लक्ष विचलित करणाऱ्या गोष्टींना बाजूला करा. फोन सायलेंट वर ठेवा आणि अगदी कॉम्प्युटरचा आवाजसुद्धा बंद ठेवा. जेव्हा तुम्ही स्टाफला त्यांचं म्हणणं मांडण्यासाठी बोलावता, तेव्हा त्यांना असं वागवा जसं काही ती व्यक्ती तुमच्यासाठी सर्वांत महत्त्वाची व्यक्ती आहे.

असं म्हणतात, 'तल्लीन होऊन ऐकून घेणं हासुद्धा एखाद्याला खूश करायचा मार्ग असतो.' तुम्ही समोरच्या व्यक्तीच म्हणणं शांतपणे ऐकून

घेता, तेव्हा त्यांच्यावर फक्त मानसिकच नाही तर शारीरिक परिणामसुद्धा होत असतो. त्यांच्या हृदयाची गती वाढते. त्याच्या त्वचेवर एक सूक्ष्म थरथर येते (ज्याला गॅल्वानिक स्कीन रीस्पॉन्स असं म्हणतात), रक्तदाब वाढतो, तुम्ही लोकांचं बोलणं लक्षपूर्वक ऐकता तेव्हा त्यांना आपण मौल्यवान आणि महत्त्वपूर्ण आहोत, असे वाटून त्यांचा आत्मविश्वास आणि आत्मसन्मान वाढतो.

समोरच्या माणसाचं बोलणं ऐकून घेताना त्याला आधारभूत अशी देहबोलीसुद्धा असावी. थोडंसं पुढे झुका आणि त्या माणसाच्या चेहऱ्याकडे थोडं निरखून पाहा आणि मध्ये मध्ये त्याच्या नजरेला नजर द्या, डोकं हलवा आणि त्यांना जाणवू द्या की, समोरची व्यक्ती जे बोलत आहे ते तुमच्यासाठी महत्त्वाचं आहे आणि तुम्ही त्याचं बोलणं काळजीपूर्वक ऐकत आहात.

सर्वांत महत्त्वाचं म्हणजे कोणाचंही बोलणं मध्येच तोडू नका किंवा ते बोलत असताना मध्येच व्यत्यय आणू नका. बऱ्याचदा आपल्याला आपली प्रतिक्रिया मांडायची इतकी घाई झालेली असते की, आपण क्वचितच बोलणं पूर्ण ऐकून घेतो. समोरचा माणूस श्वास घ्यायला जरी थांबला की, तातडीनं स्वतःचं बोलणं सुरू करतो.

उत्तर देण्यापूर्वी क्षणभर थांबा

जेव्हा दुसरी व्यक्ती बोलायची थांबते, तेव्हा तुमचा अभिप्राय देण्याआधी संभाषणामध्ये थोडी शांतता येऊ द्या. संवादामध्ये तीन ते पाच सेकंदांचा विराम घेण्यानं तुम्हाला तीन प्रकारचे फायदे होतात :

१. बोलताना विराम घेतल्यानं तुम्ही समोरच्या व्यक्तीच्या बोलण्याचा गांभीर्यानं विचार करत आहात असं दिसतं, ज्यामुळे त्या व्यक्तीला आपण अधिक महत्त्वाचे आहोत किंवा आपल्या प्रती आदर दर्शविला जात आहे, याची जाणीव होते.

२. विराम घेण्यानं तुम्ही दुसऱ्या व्यक्तीचं बोलणं तोडण्याचा धोका टाळू शकता. कदाचित, समोरची व्यक्ती तिचे शब्द, विचार जुळवण्याचा प्रयत्न करत असेल आणि तेवढ्यात तुम्ही तुमचं म्हणणं मांडायला सुरुवात केलीत, असं होणार नाही.

३. जेव्हा तुम्ही बोलण्यात एक लहानसा विराम घेता, तेव्हा तुमच्याही नकळत त्या बोलण्याचा विचार मनात खोलवर कुठेतरी चालू झालेला असतो. लक्षात घ्या, लोक शब्दांच्या पलीकडेही खूप काही सांगू इच्छितात. तुमच्यासमोर म्हणणं मांडत असताना ते जे सांगायचं टाळतात तेही महत्त्वाचं असू शकतं.

उत्तम श्रोते त्यांच्या प्रत्येक संभाषणामध्ये ही 'विरामकला' वापरतात. समोरच्याला समजून घेण्यासाठी आणि आपलं म्हणणं समोरच्याला समजावून देण्यासाठी या कलेचा प्रचंड फायदा होतो.

बोलण्यात स्पष्टता येण्यासाठी प्रश्न विचारा

लोक जे म्हणतात तसाच आणि तोच त्याचा अर्थ असतो, असं कधीही गृहीत धरू नका. त्यांच्या बोलण्यात कुठंही संदिग्धता सापडली तर सरळ विचारा, 'तुम्हाला नक्की काय म्हणायचं आहे?' संभाषणाला मार्गदर्शित करण्यासाठी आणि योग्य ती दिशा देण्यासाठी या प्रश्नासारखा दुसरा उत्तम मार्गच नाही.

अगदी लहानपणापासून आपल्याला कुणी प्रश्न विचारला तर त्याला उत्तर देण्यासाठी तयार केलेलं असतं, त्यामुळे तुम्ही त्यांना प्रश्न विचारलात की, ते आपलं म्हणणं अजून विस्तारानं मांडायला लागतात. त्यातून तुम्हाला योग्य तो अर्थ काढण्यासाठी मदत होईल आणि त्या स्पष्टीकरणाचा सारांश काढून तुम्हाला त्यांना नक्की काय म्हणायचं आहे हे समजू शकेल.

लक्षात घ्या - *जो प्रश्न विचारतो, त्याच्याकडे संभाषणाची सगळी सूत्रं असतात.* प्रश्नांना उत्तरं देणारी व्यक्ती ही प्रश्न विचारणाऱ्याच्या अधीन

असते. तुम्ही जितके जास्त प्रश्न विचाराल, तितकं संभाषण सकारात्मक पद्धतीनं तुमच्या ताब्यात येऊ लागतं. तुम्ही जितके जास्त प्रश्न विचाराल तितकं अधिक तुम्हाला कळत जाईल, तुम्ही शिकत जाल. जितकी जास्त माहिती तुम्हाला मिळेल, तितके योग्य निर्णय तुम्ही घेऊ शकाल. यामुळे उत्तम व्यवस्थापक होण्यासाठी तुम्हाला मदत होईल.

वक्त्याच्या बोलण्याचा भावानुवाद करा

समोरची व्यक्ती नक्की काय बोलली, त्याचा मनातल्या मनात तुमच्या स्वतःच्या शब्दांत भावानुवाद करा. तुम्ही किती लक्षपूर्वक ऐकता याची ती 'अग्निपरीक्षा'च आहे असं समजा. जसे तुमच्या मनात वेगळेच विचार चालू असतानाही समोरच्या व्यक्तीच्या बोलण्याकडे आपलं खरंच लक्ष आहे, असं नम्रपणे स्मित हास्य करून तुमचं भासवणं.

तुम्ही जे सांगताय ते मला नीट कळलंय का ते पाहू या, असं म्हणून तुम्ही तुमच्या शब्दांमध्ये त्याचंच म्हणणं थोडक्यात परत सांगितल्यानं समोरच्या व्यक्तीची खात्री पटते की, तुम्हाला त्याचं बोलणं पूर्णपणे समजलं आहे. आता तुम्ही तुमचं म्हणणं समोरच्या व्यक्तीसमोर मांडू शकता किंवा त्याच्या बोलण्यावर एखादा मुद्दा मांडू शकता.

ऐकून घेण्यानं विश्वास वाढतो

चांगल्या संभाषणासाठी आणि नेतृत्वासाठी प्रश्न विचारणं आवश्यक असतं. जेव्हा तुम्ही प्रश्न विचारता, तेव्हा तुम्हाला उत्तरं ऐकून घ्यायला वाव मिळतो आणि ऐकण्यामधून विश्वास वाढतो. परस्परांमधील विश्वास उत्तम कामगिरीला कारणीभूत ठरतो.

सर्वांत महत्त्वाचं म्हणजे श्रोतेपण तुमचं व्यक्तिवैशिष्ट्य ठरवतं. दुसऱ्या लोकांचं तुम्ही जितकं ऐकून घ्याल आणि प्रामणिकपणे त्यांच्याशी समरस व्हायचा प्रयत्न कराल, त्यांना महत्त्व द्याल, तितकं तुम्ही विकसित व्हाल. एखाद्याचं बोलणं लक्ष देऊन, त्याला मध्येच

न तोडता ऐकण्यासाठीसुद्धा स्वतःमध्ये प्रचंड शिस्त असावी लागते. संयमानं, घाई न करता, शांतपणे समोरच्याचं बोलणं ऐकायचा सराव करा. तुमचं म्हणणं ऐकण्यासाठी आपल्याकडे जगातील सगळा वेळ पडला आहे, अशा आविर्भावात ऐका. लक्षात ठेवा, काही लोकांना त्यांचा मुद्दा मांडायला थोडा वेळ लागतो, ते समजून घ्या.

आपल्या बॉससमोर आपण मोकळेपणानं आणि प्रामाणिकपणे बोलू शकतो आणि बॉस आपलं म्हणणं शांतपणे ऐकून घेतो, असा विश्वास कर्मचाऱ्यांना वाटतो, तेव्हा श्रोत्याच्या भूमिकेतून बॉस अप्रत्यक्षपणे त्यांना सांगत असतो की, मला माझ्या माणसांची किंमत आहे, मला त्यांच्याबद्दल आस्था आहे आणि माझ्यासाठी माझे कर्मचारी अत्यंत महत्त्वाचे आहेत. एखाद्याचं बोलणं व्यवस्थित ऐकून घेणं ही केवळ एक प्रेरणादायी गोष्ट नसून, त्यानं बोलणारा आणि ऐकणारा असे दोघंही शिकत जातात, अधिक समृद्ध होत जातात. व्यवस्थापक म्हणून तुम्ही अधिकाधिक समृद्ध होता. आपल्या कर्मचाऱ्यांच्या काय भावना आहेत आणि ते काय पद्धतीनं विचार करतात हे कळायला हवं असेल तर उत्तम श्रोता होणं हाच एक मार्ग आहे.

कृती कार्यक्रम

१. आजच संकल्प करा, तुमच्याशी कोणी काही बोलू इच्छित असेल, तर तुम्ही त्या व्यक्तीला केबिनमध्ये बोलावून दार बंद कराल, तुमचा फोन बंद कराल आणि सगळं बाजूला सारून फक्त आणि फक्त त्या व्यक्तीच्या बोलण्यावर पूर्ण लक्ष केंद्रित कराल.

२. जास्तीत जास्त प्रश्न विचारून लक्षपूर्वक उत्तरं ऐकण्याचा सराव करा. असं करताना मध्येच प्रश्न विचारून बोलणं तोडू नका. ध्यानात ठेवा, एकाग्रपणे ऐकणं हा परस्परांमधील विश्वास दृढ करण्याचा एक उत्तम मार्ग आहे आणि कामाच्या जागी निर्माण झालेला हा विश्वास मनोबल वाढवणारा आणि तुमच्या उत्तम कामगिरीचा पाया असतो.

२०

मैत्रीचे घटक लक्षात ठेवा

जगभरातल्या वेगवेगळ्या ठिकाणी काम करणाऱ्या कर्मचाऱ्यांना विचारलं गेलं की, तुम्हाला जो उत्तम बॉस वाटला, त्याच्या स्वभावात असं काय होतं, ज्यामुळे तुम्हाला तो आवडला? या प्रश्नाला एकच उत्तर सगळ्या कर्मचाऱ्यांकडून मिळालं, 'बॉस आम्हाला केवळ कंपनीतील एक कर्मचारी म्हणून न वागवता एक माणूस म्हणून बरोबरीच्या नात्यानं वागवतो.'

मैत्रीमधील घटक मग ते कोणत्याही दोन माणसांमधील असो, ते प्रत्येक व्यक्तीला माणूस म्हणून घडवत जातात आणि त्याची कार्यक्षमता वाढवतात. माणसामधील सर्वोत्तम गुण बाहेर काढतात. आजच्या काळातील व्यवसायाच्या यशाचा मंत्र म्हणजे कर्मचाऱ्यांमधील ही मैत्री. कोणत्याही संस्थेत किंवा कंपनीमध्ये, कामाच्या मागची प्रेरणा आणि कार्यक्षमता यांच्यातील निर्णायक घटक म्हणजे अधिकारी - कर्मचारी यांच्यामधील सुदृढ नातं. तुमच्यासोबत, तुमच्यासाठी काम करताना आणि सगळ्यांनी मिळून एखादं काम तडीला नेताना, परस्परांमध्ये मैत्री अस्तित्वात आहे का नाही, यावर त्या कामाची यशस्विता आणि परस्परांमधील सहकार्याचं प्रमाण अवलंबून असतं.

तुमच्या संपूर्ण कारकिर्दीमध्ये तुम्ही जेवढे व्यावसायिक मित्र जमवलेत आणि त्या मैत्रीची जितकी दृढता आहे, त्यावर तुमचं व्यावसायिक यश किती आहे ते ठरतं, असं म्हणणं रास्त होईल. तुम्ही असंख्य लोकांना ओळखत असाल; पण खरे किती ओळखता ते जास्त महत्त्वाचं आहे. नुसती तोंडओळख असून चालत नाही. जितके लोक तुम्हाला ओळखतात आणि तुम्ही त्यांना किती आवडता त्यावर ते तुमच्याशी किती मोकळेपणानं बोलू शकतात हे ठरतं. तुम्ही त्यांना आवडत असाल तर ते स्वतःहून तुमची मदत करायला तयार होतात.

तुमचे कर्मचारी किती उत्तम, दर्जेदार काम करणार, त्यांच्या क्षमता किती प्रमाणात उंचावू शकतात आणि तुमच्यासोबत काम करताना त्यांना आनंद मिळतो का नाही, या सगळ्याच गोष्टींवर मैत्र या घटकाचा विलक्षण पगडा असतो.

स्पष्टता आणि इतरांना विचारात घेण्याचा सराव करा

उत्तम व्यवस्थापकांमध्ये दोन गुणांचा समतोल साधलेला आढळून येईल : स्पष्टता आणि इतरांना विचारात घेणं हे ते दोन गुण. अशा व्यवस्थापकांना आपल्या कर्मचाऱ्यांबद्दल काळजी वाटते, आस्था वाटते आणि कर्मचाऱ्यांना ते आपल्या व्यावसायिक कुटुंबाचाच एक भाग मानतात, त्यामुळे कर्मचारी काम करताना आनंदी आणि सुरक्षित असतात; पण त्याच वेळी, हेच व्यवस्थापक प्रत्येक कर्मचाऱ्यावर सोपवलेल्या कामाबाबत, त्यांच्या जबाबदारीबाबत अतिशय काटेकोर आणि स्पष्ट असतात. काम विशिष्ट पद्धतीनं दिलेल्या वेळेत पूर्ण करण्यासाठी आपण काय करणं अपेक्षित आहे हे प्रत्येकासमोर अगदी काचेसारखं स्वच्छ असतं.

मैत्रीचं बीज तीन Cसह वाढत जातं. हे तीन C म्हणजे Consoderation म्हणजे इतरांचा विचार, Caring म्हणजे आपल्या माणसांची काळजी, Courtesy म्हणजे सौजन्य. कुशल व्यवस्थापकांची

आपल्या सहकाऱ्यांशी, कर्मचाऱ्यांशी, हाताखालच्या लोकांशी वागण्याची ही रीत असते.

कर्मचाऱ्यांविषयी, त्यांच्या आयुष्याविषयी, कुटुंबाविषयीची माहिती त्यांच्याकडून घेऊन तुम्ही इतरांचा विचार करण्याचा किंवा इतरांना विचारात घेण्याचा सराव करू शकता. कामाव्यतिरिक्त कर्मचाऱ्यांचं आयुष्य काय आहे, यात तुम्ही रस घेणं म्हणजे त्यांची आणि त्यांच्या वैयक्तिक आयुष्याची किंमत ठेवण्यासारखं आहे. कर्मचाऱ्यांना कामाच्या आणि कंपनीच्याशिवाय एक वेगळं आयुष्य आहे, याची जाण ठेवण्यासारखं आहे. लोकांच्या खाजगी किंवा आपण कंपनी बाहेरच्या आयुष्याबद्दल तुम्ही समजून घेऊ पाहता, तेव्हा कळत-नकळत लोकांना तुम्ही आवडू लागता आणि त्यांचा तुमच्याप्रती असलेला आदर वाढतो. कारण, यातून तुम्ही त्यांची योग्य ती किंमत राखत आहात असं त्यांच्यापर्यंत पोहोचतं.

कर्मचाऱ्यांची काळजी घ्या

लोक तुम्हाला त्यांच्या अडचणी सांगतात आणि तुम्ही हातातलं काम काही काळासाठी बाजूला ठेवून त्यांची अडचण दूर करण्यासाठी त्यांना मदत करता, या साध्या कृतीमधून तुम्ही तुमची त्यांच्याविषयीची *काळजी* त्यांच्यापर्यंत पोहोचवत असता.

उदाहरणार्थ, मी नेहमी माझ्या कर्मचाऱ्यांना सांगतो, 'सर्वांत आधी तुमच्या मुलांचा विचार करा, बाकी सगळं नंतर. तुम्ही कामावर असताना तुमच्या मुलांना तुमची गरज भासली किंवा काही अडचण निर्माण झाली तर ताबडतोब निघा आणि त्यांच्याकडे जा.' अशा वेळी तुमचा पगार कापला जाणार नाही किंवा गेलेला हा वेळ भरून घेण्यासाठी नंतर जास्तीचा वेळ थांबावंही लागणार नाही, असा माझ्या म्हणण्याचा अर्थ असतो. तरुण आयांच्या बाबतीत तर हा दृष्टिकोन खूपच उपयोगी ठरतो. कारण, कर्मचारी म्हणून त्यांची काळजी तर असतेच; पण त्यांच्या

आयुष्यातील अविभाज्य भागाची म्हणजे त्यांच्या मुलांचीही काळजी आपण करत असतो.

कर्मचाऱ्यांना त्यांच्या कुटुंबाविषयी प्रश्न विचारून, त्यांच्या वैयक्तिक आयुष्यातल्या घडामोडींना जाणून घेऊन, त्यांचे प्रश्न जाणून घेऊन त्यांच्याबद्दल सहानुभूती दाखवणं म्हणजे तुम्ही खरोखरीच त्यांची काळजी करता हे सिद्ध करणं. कर्मचाऱ्यांच्या आवडीनिवडी, त्यांचा पेहराव, त्यांचं लहानसं यश यांचं कौतुक करूनही तुम्ही त्यांच्याविषयी तुम्हाला वाटणारी काळजी, त्यांच्याबद्दल असणारी आस्था तुम्ही व्यक्त करू शकता.

व्यवस्थापनाचा सुवर्णनियम राबवा

कंपनीमधील प्रत्येक व्यक्तीप्रती आदर दाखवा हे तुमच्या सौजन्यशीलतेचं लक्षण आहे. कंपनीमध्ये तणावाची परिस्थिती असताना, घटनांनी काही चुकीचं वळण घेतलं तर किंवा कर्मचाऱ्यांना काही अडचण असेल, अशा परिस्थितीमध्ये तुमची वागणूक सौजन्याची असेल, तर कर्मचाऱ्यांचा तुमच्यावरील विश्वास वाढतो, त्यांना तुमच्या सहवासात आश्वस्त वाटतं. तुमची सौजन्यपूर्ण वागणूक कर्मचाऱ्यांचं मनोधैर्य उंचावते आणि त्यांना अडचणींवर मात करण्याची प्रेरणा देते.

व्यवस्थापनामध्ये 'सुवर्णनियम राबवणं' हा तुमच्या सर्वांबरोबरच्या मैत्रीला दृढ करणारा दुवा आहे. वरिष्ठांकडून जशी वागणूक मिळावी, असं तुम्हाला अपेक्षित आहे, तसं तुम्ही तुमच्या कर्मचाऱ्यांशी वागा. कंपनीचे भागीदार किंवा ग्राहक असल्याप्रमाणे कर्मचाऱ्यांना वागवा. या दोघांप्रमाणेच तेही उद्योगविश्वाचा एक मौल्यवान भाग आहेत.

जॅक वेल्श जेव्हा जनरल इलेक्ट्रिक कंपनीचे मुख्य कार्यकारी अधिकारी (सीईओ) झाले, तेव्हा त्यांनी एक अभिनव योजना कंपनीमध्ये राबवली. येणाऱ्या वर्षात, आपल्या हाताखालच्या लोकांना आपल्या वरिष्ठांप्रमाणे वागवण्यासाठी त्यांनी विद्यमान व्यवस्थापकांना प्रवृत्त

केलं. त्यांना सांगितलं की, ते तुमचे वरिष्ठ अधिकारी आहेत असं समजा. जनरल इलेक्ट्रिक कंपनीमधील वातावरण अतिशय स्पर्धात्मक असल्यामुळे आणि कामात तरबेज असणाऱ्या लोकांना तिथं पटापट पदोन्नती मिळत असल्यामुळे, आपल्या हाताखालचा माणूस उद्या आपला वरिष्ठ असणं ही कर्मचाऱ्यांसाठी नवीन गोष्ट नव्हती. या साध्या बदलामुळे प्रत्येक माणूस दुसऱ्याला तशीच वागणूक देऊ लागला, जशी वर्तणूक त्याला स्वतःला मिळावी, असं वाटत असे. साधा नियम आहे लोकांनी तुमच्याशी जसं चांगलं वागावं असं तुम्हाला वाटतं, त्यांनाही तुम्ही तशीच वागणूक द्या.

तुमच्या कार्यकाळातील सर्वोत्तम काळ

तुमचं तुमच्या वरिष्ठांशी उत्तम पटेल तो काळ तुमच्या कार्यालयीन आयुष्यातील सर्वोत्तम काळ असेल. तुमच्या वरिष्ठांसोबत तुमचे मतभेत सुरू असतील तर तो तुमच्या आयुष्यातील सर्वांत वाईट काळ म्हणावा लागेल. कर्मचारी आणि व्यवस्थापक यांच्यातील परस्परसंबंध उत्तम आणि चांगले आहेत आणि कर्मचाऱ्यांनाही तुमच्याबरोबर काम करताना असंच वाटत आहे.

कर्मचाऱ्यांशी वागताना तुम्ही या व्यवस्थापनाच्या सुवर्णनियमाचा वापर अगदी सहजपणे करू शकता. त्यासाठी स्वतःला काही प्रश्न विचारायला हवे, जसे –

मी काम करत असताना कोणत्या घटनेनं मला स्वतःबद्दल एकदम छान वाटतं? कामावर असताना मी कशामुळे उत्साही, आनंदी, उत्सुक आणि समाधानी असतो?

माझे असे कोणते वरिष्ठ होते आणि ते मला असं काय म्हणाले किंवा त्यांनी असं काय केलं, ज्यामुळे मी स्वतःच्या कामात आनंद शोधायला लागलो? आता बॉस झाल्यावर मी, माझ्या हाताखाली काम करणाऱ्या लोकांमध्ये सकारात्मक वृत्ती कशी निर्माण करू शकतो?

माझ्या सहकाऱ्यांसोबत माझं उत्तम नातं कसं निर्माण होईल? कशा पद्धतीचं नातं मला आवडेल?

या प्रश्नांची जी उत्तरं असतील, तीच तुम्हाला कर्मचाऱ्यांशी तुम्ही कसं वागलं पाहिजे, याचं मार्गदर्शन करतील. लोकांकडून तुम्हाला स्वतःबद्दल जे ऐकायला आवडेल तेच त्यांच्याशी बोला जे तुम्ही भूमिका बदलली तर स्वतःसाठी इच्छिता.

कृती कार्यक्रम

१. कर्मचाऱ्यांशी संवादाची सुरुवात करताना अगदी दररोज त्यांची, त्यांच्या कुटुंबाची आवर्जून चौकशी करा. आवश्यक त्या देहबोलीचा वापर करा जसं त्यांची उत्तरं ऐकताना चेहऱ्यावर स्मित हास्य ठेवा, मान होकारार्थी हलवा ज्यातून सहानभूती आणि संवादात तुम्ही रस घेताना दिसून येईल, नंतरच कामाचं बोला.

२. प्रत्येक वेळेस व्यवस्थापनाच्या सुवर्णनियमाचा उपयोग करा. कर्मचाऱ्यांशी बोलताना अशी कल्पना करा की, लवकरच तो/ती तुमचे वरिष्ठ होणार आहेत आणि ही गोष्ट फक्त तुम्हालाच माहीत आहे.

२१

प्रेरणेची जादू चालवा

अत्यंत सामान्य साधारण माणसांकडून असामान्य क्षमतेचं काम करून घेणं हेच व्यवस्थापक म्हणून तुमचं यश आहे. कंपनीला तिच्या उद्दिष्टपूर्तीकडे नेण्यासाठी, तिच्या प्रगतीला हातभार लागेल, असं काम करणारी, अत्यंत कार्यक्षम आणि कार्यप्रवण लोकांची टीम तयार करणे हे तुमचे ध्येय आहे.

अगदी सुरुवातीच्या भागात म्हटल्याप्रमाणे, सगळ्याच कर्मचाऱ्यांची ५० टक्के क्षमताच प्रत्यक्ष वापरात असते. ५० टक्के क्षमता कशी वापरायची हे त्यांना माहीत नसते. हे कर्मचारी रोज येताना आपली न वापरलेली ५० टक्के क्षमता घेऊन येतात आणि काम झाल्यावर ही न वापरलेली क्षमता तशीच घरी घेऊन जातात. त्यांच्या क्षमतेचा योग्य वापर करून घेण्यासाठी आणि कर्मचाऱ्यांनी त्यांचं १०० टक्के योगदान कंपनीला द्यावं, यासाठी तुम्ही सात मार्ग वापरू शकता (यापैकी प्रत्येक उपाय मी माझ्या *फुल एंगेजमेंट* या पुस्तकात विस्तारानं सांगितले आहेत. AMCOM, २०११).

१. *स्मित* : दररोज कामाला आल्यानंतर तुम्ही ज्या व्यक्तीला भेटाल, पाहाल, त्यांचे हसून स्वागत करा. त्यांना पाहून तुम्हाला खरोखर आनंद झालेला आहे हे व्यक्त करा. हसण्यासाठी फक्त १३ स्नायू वापरावे लागतात; पण संताप व्यक्त करण्यासाठी मात्र ११२ स्नायू वापरावे लागतात, त्यामुळे प्रत्येक दिवशी लोकांना पाहिल्यावर स्मित करणं अधिक सोपं आहे जेणेकरून लोकांना आनंदही होईल आणि प्रेरणाही मिळेल.

२. *लोकांना प्रश्न विचारा* : त्यांच्याशी बोला. त्याचं काय चाललंय, सगळं ठीक आहे ना, याबद्दल विचारा. लोकांच्या आयुष्यात तुम्ही रस घेताय, असं दिसलं म्हणजे त्यांना स्वतः कोणी महत्त्वाचे, सन्माननीय, मौल्यवान आहोत, असं वाटू लागतं. त्यांना आतून खूप चांगलं वाटू लागतं. चांगल्या कामाची सुरुवात त्या भावनेतून होत असते.

३. *लोकांचं ऐकून घ्या* : लोकांचं बोलणं लक्षपूर्वक ऐकून घ्या. जेव्हा तुम्ही लोकांचं म्हणणं त्यांना मध्येच न थांबवता ऐकता, तेव्हा त्यांना आपल्याला महत्त्व दिलं गेल्यासारखं वाटतं. त्यांचा स्वाभिमान वाढतो. बॉस आपलं म्हणणं नीट ऐकून घेतो हे पाहून, कर्मचाऱ्यांच्या मेंदूमध्ये एंडॉर्फिन नावाचं संप्रेरक स्रवतं, ज्याच्यामुळे त्यांना बरं वाटतं आणि आनंदी वाटतं. ऐकताना तुमची प्रतिक्रिया देहबोलीतून द्या जसं डोकं हलवा, स्मितहास्य करा, बोलणाऱ्यांच्या चेहऱ्याकडे पाहा. समोरच्या व्यक्तीच्या बोलण्यामध्ये तुम्हाला खूपच रस आहे आणि ते तुमच्यासाठी खूप महत्त्वाचे आहेत, हे दाखवा. लोकांचं बोलणं व्यवस्थितपणे ऐकून घ्यायला थोडासा वेळ पुरतो; पण त्याचे लोकांच्या कामावर होणारे चांगले परिणाम मात्र दीर्घकाळ टिकतात.

४. *विनयशील राहा* : कर्मचाऱ्यांशी, स्टाफशी बोलताना नेहमी विनयशील, सौजन्यशील राहा. आदरपूर्वक बोला. कर्मचारी अतिशय हुशार, बुद्धिमान आणि परिपूर्ण आहेत, अशा भावनेनं त्यांच्याशी वागा. त्यांच्याशी बोलताना थोडं पुढे झुका, त्यांच्या नजरेला नजर देऊन बोला आणि असा आविर्भाव असू द्या की, त्यांच्याशी बोलणं हेच तुमच्यासाठी महत्त्वाचं आहे.

५. *'आभार' माना* : लोकांनी काहीही केलं, मग ते काम लहान असो वा मोठं, त्यासाठी त्यांचे आभार माना. मीटिंगला वेळेवर आल्याबद्दल, काम वेळेत पूर्ण केल्याबद्दल, तुम्हाला माहिती दिल्याबद्दल, थोडक्यात, लहानशा कामासाठीसुद्धा त्यांना thank you म्हणा. लोकांनी केलेल्या कामासाठी त्यांचं कौतुक करणं आणि त्यासाठी त्यांचे आभार मानणं हासुद्धा त्यांना प्रेरित करायचा एक वेगळा मार्ग असू शकतो.

६. *लोकांना माहिती द्या* : लोकांच्या नोकरीवर किंवा कामावर परिणाम होऊ शकेल, अशा गोष्टींबद्दल, कंपनीबद्दल, उद्योगातील चालू घडामोडींबद्दल सतत माहिती देत राहा. प्रत्येक कंपनीमधील कामाबद्दल समाधानी असलेल्या कोणत्याही कर्मचाऱ्याला आपण कंपनीच्या आतल्या गोटातील आणि विश्वासातील व्यक्ती आहोत, असं वाटत असतं. आपल्याला सगळं माहीत आहे, अशी त्यांची भावना असते. आपल्या कामावर परिणाम करू शकणाऱ्या आजूबाजूच्या घडामोडींबद्दल सगळं त्यांना माहीत असतं.

७. *सातत्यानं प्रगतीला चालना द्या* : शक्य तितक्या प्रकारे कंपनीमध्ये वाढ होत राहावी आणि त्यांच्या कामात सुधारणा व्हावी म्हणून काय करता येऊ शकेल, याबद्दलच्या लोकांच्या कल्पना जाणून घ्या. दुसऱ्या जागतिक महायुद्धानंतर, देशाची,

> अर्थव्यवस्थेची आणि उद्योगांची पुनर्बांधणी करताना *कायझेन प्रणाली म्हणजे* ज्यामध्ये 'सततच्या सुधारणेचा' पुरस्कार केला आहे. प्रत्येक कर्मचाऱ्याला आपल्या कामामध्ये दिसत असलेल्या सर्व लहान-मोठ्या सुधारणा घडवून आणण्यासाठी त्यांनी प्रवृत्त केलं.

तुम्ही आपल्या सहकाऱ्यांशी, कर्मचाऱ्यांशी वागताना वर सांगितलेल्या गोष्टींची अंमलबजावणी केली, तर तुमचं व्यक्तिमत्त्व किती परिणामकारक होत चाललं आहे हे जाणवून तुम्हालाच आश्चर्य वाटेल. तुमच्या टीमच्या कामातही प्रचंड सुधारणा झालेली तुम्हाला दिसून येईल.

बाकी कोणत्याही कौशल्यापेक्षा, लोकांना प्रेरित करण्याची, प्रोत्साहन देण्याची तुमची क्षमता आणि त्यांच्याकडून उत्तम काम करवून घेण्याचं तुमचं कसब, यावरच व्यवस्थापक म्हणून तुमचं यश अवलंबून आहे!!

शुभेच्छा!

लेखकाविषयी

ब्रायन ट्रेसी हे व्यावसायिक वक्ते, प्रशिक्षक, सल्लागार आणि चर्चासत्रांचे नेतृत्व करणारे व्यक्तिमत्त्व आहे. कॅलिफोर्नियातील सोलाना बीच येथील *ब्रायन ट्रेसी इंटरनॅशनल* या प्रशिक्षण आणि सल्लाविषयक संस्थेचे ते अध्यक्ष आहेत.

ब्रायन ट्रेसी यांनी कठोर परिश्रमांमधून आपल्या यशाचा मार्ग आखला. १९८१मध्ये अमेरिकेतील विविध व्याख्यानांमधून आणि चर्चासत्रांतून ट्रेसी यांनी विक्री तसेच व्यवसाय क्षेत्रासाठी तयार केलेली तत्त्वे शिकवण्यास सुरुवात केली. त्यांची पुस्तके, दृक्‌श्राव्य कार्यक्रम यांपैकी सुमारे ५००हून अधिक बाबी आज ३८ भाषांमध्ये उपलब्ध आहेत आणि ५५हून अधिक देशांत त्यांचा वापर केला जातो.

फुल एंगेजमेंट आणि *रिइन्व्हेन्शन* या पुस्तकांसह पन्नासहून अधिक पुस्तकांचे *बेस्टसेलिंग लेखक* म्हणून ब्रायन ट्रेसी ओळखले जातात.

अनुवादक परिचय

अस्मि अच्युते यांनी आयुर्वेद शाखेत वैद्यकीय पदवी प्राप्त केल्यानंतर त्यासंबंधी पुस्तकांचा व लेखांचा अनुवाद केलेला आहे.

गेली सहा वर्षं व्यावसायिक मार्केटिंग क्षेत्रातील कामाचा अनुभव आहे. वाचनाचा छंद असल्यामुळे मराठी भाषेची आणि तिच्या पैलूंची जाण आहे. आतापर्यंत वैद्यकीय क्षेत्राशी संबंधित त्यांचं एक पुस्तक प्रकाशित झालं असून दुसरं प्रकाशनाच्या वाटेवर आहे.